சாம்பலிலிருந்து பசுமைக்கு

ஆக்ஸிஜன் மேனிஃபெஸ்டோ

Dr. *அதுல்ய மிஸ்ரா*

அதுல்ய மிஸ்ரா உயர் நிலை ஐ.ஏ.எஸ்.அதிகாரி. தமிழகத்தின் வருவாய் மற்றும் பேரிடர் மேலாண்மைத் துறையின் தலைமைச் செயலராகப் பணிபுரிகிறார். தொழில்துறை, சுற்றுச் சூழல் மற்றும் வனத்துறை, போக்குவரத்துத் துறைகளின் தலைமைச் செயலராக இதற்கு முன் பணிபுரிந்திருக்கிறார். சென்னை போர்ட் டிரஸ்ட், தமிழ்நாடு மாசுக் கட்டுப்பாட்டு வாரியம், டைட்டன், டி.என்.பி.எல். போன்ற பல்வேறு நிறுவனங்களின் சேர்மனாகவும் இருந்திருக்கிறார்.

குவாலியர் சிந்தியா பள்ளி, இந்து கல்லூரி, டில்லி பல்கலைக்கழகம், டி.ஏ.ஆர்.ஐ. பல்கலைக்கழகம், அமெரிக்க டெக்சாஸ், யேல் பல்கலைக்கழகங்கள், பிரிட்டன், சஸக்ஸ் இன்ஸ்டிட்டியூட் ஆஃப் டெவலப்மெண்ட் ஸ்டடீஸ் ஆகியவற்றில் படித்தவர். கார்பன் ஃபுட் பிரிண்ட் தொடர்பான இவருடைய ஆய்வுக்காக அண்ணா பல்கலைக் கழகம் இவருக்கு முனைவர் பட்டம் அளித்து கௌரவித்துள்ளது. பல்வேறு அறிவியல் பத்திரிகைகளில் ஏராளமான கட்டுரைகள் எழுதியுள்ளார். இது அவருடைய முதல் புத்தகம்.

சாம்பலிலிருந்து பசுமைக்கு

ஆக்ஸிஜன் மேனிஃபெஸ்டோ

Dr. அதுல்ய மிஸ்ரா

தமிழில்: அருண்

கிழக்கு

சாம்பலிலிருந்து பசுமைக்கு: ஆக்ஸிஜன் மேனிஃபெஸ்டோ
Sambalilirundhu Pasumaikku: Oxygen Manifesto

Tamil translation of "Oxygen Manifesto: *A Battle for the Environment*"

First Edition: September 2019
184 Pages

ISBN: 978-93-5135-019-4
Kizhakku 1158

Kizhakku Pathippagam
177/103, First Floor, Ambal's Building, Lloyds Road,
Royapettah, Chennai - 600 014. Ph: +91-44-4200-9603
Email : support@nhm.in Website : www.nhm.in

kizhakkupathippagam kizhakku_nhm

Kizhakku Pathippagam is an imprint of New Horizon Media Private Limited

என் தாத்தாவும் வழிகாட்டியும் லட்சிய புருஷருமான
மறைந்த திரு போகிலால் மிஸ்ரா அவர்களுக்கு

உள்ளே

1

ரவிச் சந்திரன் போஸைத் தேடி...

இந்தியன் போலீஸ் சர்வீஸில் நீண்ட காலம் பணிபுரிந்து பின் ஓய்வு பெற்றேன். மனநிறைவளிக்கும் ஒன்றாக அந்தப் பணி அனுபவம் இருந்தது. உள்ளூர் காவலர்கள், உளவுத்துறையினர், ரகசியச் செயல் பாடுகளில் ஈடுபடும் ரிசர்ச் அண்ட் அனாலிசிஸ் விங் (RAW) போன்றவர் களுடன் நெருங்கிப் பணிபுரியும் வாய்ப்பு கிடைத்திருந்தது. சின்னச் சின்னக் குற்றங்களில் ஆரம்பித்து, சதித்திட்டங்கள், உளவுப் பணிகள், கிரிமினல் உலகம், எல்லை தாண்டிய பயங்கரவாதம், அரசியல் சதிகள், ஊழல்கள் என எனது பணியில் சாகசங்களுக்குப் பஞ்சமே இருந்திருக்கவில்லை.

அரசியல் அதிகாரங்களின் தாழ்வாரங்களில் வாழ்க்கையைக் கழித்த நான் எனது பணி வாழ்க்கையின் கடைசிகட்டத்தை எட்டியிருந்தேன். எஞ்சிய காலத்தை பயனுள்ள வழியில் கழிக்க விரும்பினேன். அதிகாரவர்க்கத்தின் உயர் பதவியில் பணிபுரிந்த எனக்கு கடைசி காலத்தில்போய் வேறொருவருக்காகப் பணிபுரிவதென்பது மிகவும் சிரமமான காரியமே. எனது சொந்த சேமிப்பென்பது மிகவும் சொற்பமே. எனவே பங்குச் சந்தையில் துணிந்து முதலீடு செய்து விளையாடுவதோ வேறு நிறுவனத்தை ஆரம்பித்து நடத்துவதோ சாத்தியமே இல்லை. ஏதேனும் ஒரு அரசு சாரா சமூக நல நிறுவனத்தை ஆரம்பித்து நடத்துவது என்றால் அதுகூட கடைசிக் காலகட்டத்தில் செய்ய முடிந்த ஒன்றல்ல; ஒரு முழு வாழ்க்கையையே அதற்காக அர்ப்பணிக்க வேண்டியிருக்கும்.

எனக்கு பயணங்கள்,தேடல் எல்லாம் மிகவும் பிடிக்கும். எனவே ஒரு பத்து பதினைந்து நாள் இந்தப் பரபரப்பான நகரத்தில் இருந்து விலகி ஏதேனும் ஒரு தீவுக்குச் சென்று நிம்மதியாக, தனியாக இருந்து வாழ்க்கையில் அடுத்ததாக என்ன செய்யவேண்டும் என்று யோசிக்க வேண்டும்; எனது ஆழ்மனது என்னசொல்கிறது என்பதைக் கூர்ந்து கேட்கவேண்டும்; அடுத்ததாக எனது இலக்காக எதை எடுக்க வேண்டும் என்பதை முடிவு செய்யவேண்டும் என்று தீர்மானித்தேன். AGMUT (அருணாச்சலபிரதேசம், கோவா, மிஸோரம், யூனியன் பிரதேசங்கள்) பிரிவில் என் சக மாணவராக இருந்தவர் போர்ட் பிளேரில் எனக்கு ஒரு விருந்தினர் விடுதியை முன்பதிவு செய்து கொடுத்தார். எனது சுய தேடலின் முதல் காலடியை எடுத்து வைத்தேன்.

இயற்கை எழில் கொஞ்சும் அற்புதமான தீவுகள், அடர்ந்த காடுகள் என்னை வசீகரித்தன. ஆனால், அவை எனக்குள் இருந்த பரபரப்பான மனிதரை எந்தவகையிலும் அமைதிப்படுத்தியிருக்கவில்லை. அங்கு சென்ற பிறகும் நான் கிளப்களுக்குச் செல்வது, இயற்கையை ரசிக்கச் செல்வது, மீன் பிடித்தல், கானக நடை, குதிரையேற்றம், தார்ப்பாய் முகாம் அடித்து திறந்த வெளியில் இரவுகளைக் கழித்தல் என அங்கு எனக்குப் புதிதாகக் கிடைத்த வன இலாகா நண்பர்கள், ராணுவ அதிகாரிகள் ஆகியோருடன் பரபரப்பாக ஏதேனும் செய்துகொண்டே இருந்தேன். அது ஏதோ முடிவற்ற இன்பச் சுற்றுலாவுக்கு வந்திருப்பது போல் இருந்தது. அமைதியாக உட்கார்ந்து என் எதிர்காலத்தைப்பற்றிச் சிந்திக்கவேண்டும் என்றுதான் அங்கு போயிருந்தேன். ஆனால், அதைத் தவிர வேறு அனைத்தையும் செய்தேன்.

அந்தத் தீவில் இருந்து புறப்படுவதற்கு முன்பாக ஒரு கிராமத்துக்கு சுற்றிப் பார்க்கப் போனேன். என் வயது இருந்த ஒருவர் அங்கு பழங்குடிகளுக்குக் கல்வி கற்பித்துவருவதைப் பார்த்தேன். அவரை எங்கோ பார்த்திருக்கிறேனே என்று தோன்றியது. மிதமான உடல்வாகு கொண்டிருந்தார். அடர்ந்த தலை முடி முழுவதும் வெள்ளையாகி யிருந்தது. நான் அங்கு வந்தது அவருக்குப் பிடிக்கவில்லை. அவருடைய அந்தரங்கமான உலகினுள் நான் அத்துமீறி நுழைந்ததாக சற்று வருத்தப்பட்டார். என்னைப் பார்த்ததாகவே காட்டிக்கொள்ளாமல் கற்பித்தலைத் தொடர்ந்தார்.

எனது போலீஸ் மூளை ரகசிய சமிக்ஞைகளை எனக்குள் அனுப்ப ஆரம்பித்தது. ஏதேனும் பெரிய குற்றம் செய்துவிட்டு சட்டத்தின் பிடியில் இருந்து தப்பித்து, யாரும் எளிதில் வரமுடியாத இந்த வனாந்திரத்துக்கு வந்து ஒளிந்துகொண்டிருக்கிறாரா? அவருக்குத் தெரியாமல் சில புகைப்படங்கள் எடுத்துக்கொண்டு என் அறைக்குத் திரும்பினேன். எனது சந்தேகத்தை உறுதிசெய்ய மடிக் கணினியைத் திறந்தேன். நான் நினைத்ததைவிட மிகப் பெரிய திமிங்கிலம்

மாட்டியிருந்தது. ரவிச்சந்திரன் போஸ்! இந்தியாவே எங்கே எங்கே என்று ஆர்வத்துடன் தேடும் இந்த மனிதர் இங்கு எப்படி வந்து சேர்ந்தார்?

எனது புலனாய்வுகளிலேயே இதுதான் மிகவும் கடினமாகதாக இருந்தது. நான் அவரைச் சில நாட்கள் பின்தொடர்ந்தேன். உள்ளூர் காவலர்களுக்கு அப்படி ஒருவர் அங்கு இருந்ததே தெரிந்திருக்க வில்லை. அவருடைய பெயர் அங்கிருந்த வாக்காளர் பட்டியலில் இடம்பெற்றிருக்கவில்லை. அந்த நபர் தனது மனைவியுடன் அந்த தீவில் பல வருடங்கள் வாழ்ந்துவந்திருக்கிறார். பல்வேறு தீவுகளுக்குப் பலமுறை போய்வந்திருக்கிறார். மீனவர்கள், பழங்குடிகளுடன் இணைந்து பல செயல்கள் செய்திருக்கிறார். ஆனால், யாருக்கும் அவரை அடையாளம் தெரியவில்லை.

என் மனம் முழுவதையும் அவரே ஆக்கிரமிக்க ஆரம்பித்தார். ஏன் இப்படி மறைந்து வாழ்கிறார்? எதற்காக இந்தப் பெரிய தியாகம்?

தற்செயலாக நான் சந்திக்க நேர்ந்த இந்த விசேஷ மனிதரைப் பற்றி எனது நட்புவட்டத்தில் இருந்த புத்தகப் பதிப்பாளர் ஒருவரிடம் பேசினேன். இந்த மனிதர் எப்படி இந்தத் தீவுக்கு வந்து சேர்ந்தார் என்பதை மட்டுமல்ல... அவருடைய ஒட்டுமொத்த வாழ்க்கையைப் பற்றி விரிவாக எழுத விரும்பினேன். பதிப்பாளர் உடனே தேவையான பொருளாதார ஏற்பாடுகள் செய்துதர சம்மதித்தார். இதற்கு முன் அவர் பல தடவை இப்படிப் பலரால் பார்க்கப்பட்டு மாயமாக மறைந்து விட்டிருந்தார். எனவே, இந்த விஷயத்தை மிகவும் ரகசியமாகச் செய்தாகவேண்டும் என்று முடிவெடுத்தேன்.

அவரைப்பற்றிப் பல விஷயங்களைத் தோண்டி எடுக்கவேண்டி யிருந்தது. இந்த வேலை என்னை முழுவதுமாக உள்ளிழுத்துவிட்டது. நான் அவருடைய கடந்த காலத்தைத் துருவி ஆராய ஆரம்பித்தேன். இந்த விசேஷப் பணியை நான் செய்யத் தொடங்கியதும் அதிர்ஷ்டவச மாக, பணி ஓய்வு பெற்று ஒன்பதிலிருந்து ஐந்து மணி வரை வேலை என்ற மந்தமான சுழலில் இருந்து விடுதலை பெற்றேன்.

இந்த அசாதாரண மனிதரைப் பற்றித் தெரிந்துகொள்வதற்கான என்னுடைய பயணம் தமிழ்நாடு, டில்லி, உத்தரகண்டம், வட கிழக்குப் பகுதிகள் மற்றும் பல்வேறு மாநிலங்கள், ஊர்கள்... ஏன் வெளி நாடுகளுக்குக்கூடப் போகவேண்டிவந்தது.

முதலில் சென்ற இடம்: முரே

மரணத் தருவாயில் இருந்த 'தாத்தா'வைப் போய்ப்பார்க்க வேண்டியிருந்தது.

2

தாத்தா – முரேயின் வித்தியாசமான நபர்

பெற்றோருக்கு எட்டாவது குழந்தை அவர். முரண்பாடுகள், களேபரங்கள், குழப்பங்கள் நிறைந்த வாழ்க்கைச் சூழலுக்கு தாமதமாக வந்து சேர்ந்தவர். அவருடைய தொட்டடுத்த சகோதரி அவரைவிடப் பத்து வயது மூத்தவர். உள்ளதிலேயே மூத்த சகோதரியின் மூத்த மகளுக்குத் திருமணமே ஆகிவிட்டிருந்தது! அப்படியாக அவருக்கு தன் சகோதர சகோதரிகளுடன் பால்ய பருவத்தைக் கழிக்கும் வாய்ப்பு இருந்திருக்கவில்லை.

இருந்ததெல்லாம் மிகப் பெரிய கூட்டுக் குடும்பத்தின் சித்தப்பா பெரியப்பா குழந்தைகள், மாமா, அத்தை குழந்தைகளே. அத்தைமார்கள் அவருக்கு தம்பி துரை என்று பெயரிட்டார்கள். செல்லமாக குட்டி என்று அழைத்தனர். மூத்த அக்காவின் மூத்த மகள் தனது முதல் பிரசவத்துக்காகத் தாய்வீடு வந்தபோது இவரை 'தாத்தா' என்று அப்போது பிறந்த பச்சிளம் குழந்தைக்கு அறிமுகம் செய்துவைத்தார். அப்போது 'தாத்தா'வுக்கு ஒன்பது வயதுகூட ஆகியிருக்கவில்லை! குடும்பத்தினர் அவனை வேடிக்கையாக தாத்தா என்று அழைத்தனர். தாத்தா என்ற பெயர் குட்டி என்பதுடன் ஒட்டிக்கொண்டுவிட்டது.

மணிப்பூரில் மூரே என்ற கிராமத்துக்கு அருகில் மிகப் பெரிய வீட்டில் தாத்தாவின் குடும்பம் வசித்தது. இமயமலை அடிவாரத்தில் அத்துவானப் பகுதியில் இருந்த இந்த மலைப் பிரதேசத்தில் மங்கோலிய இனம் அல்லாத இந்தத் தமிழ் குடும்பம் குடியேறியது என்பது மிகவும் தற்செயலாக நடந்த விஷயம்தான்.

தாத்தாவின் பூர்விகம் கடலோர மாவட்டமான தூத்துக்குடியில் இருக்கும் சங்கராபுரம் என்ற கிராமம். காய்ந்து வறண்ட கடலோர பூமியில் இருந்து பிரிட்டிஷ் கங்காணிகளால் பர்மாவுக்கு (தற்போது மியான்மர்) கொண்டுசெல்லப்பட்டவர்களில் தாத்தாவின் முன்னோர்களும் இருந்தனர். அவர்களில் பலர் பின்னாளில் வணிகம் செய்ய ஆரம்பித்தனர்.

சுமார் நூறு ஆண்டுகளுக்கு மேலாக பர்மாவில் வசித்து வந்தனர். ஆனால், இரண்டாம் உலகப்போர் நடந்தபோது ஜப்பானிய ராணுவம் பர்மாவின் ரங்கூன் பகுதிக்குள் நுழைந்தது. அதையடுத்து பர்மாவில் இருந்தவர்களின் நிலைமை, குறிப்பாக, பர்மாவில் பிழைப்பு தேடி வந்து குடியேறியவர்களுடைய நிலைமை மிக மோசமாகத் தொடங்கியது. எனவே, நேதாஜி சுபாஷ் சந்திர போஸின் இந்திய தேசிய ராணுவத்துடன் சேர்ந்து பலர் மணிப்பூர் ராஜ்ஜியத்துக்கு இடம்பெயர்ந்தனர்.

தாத்தா மணிப்பூர் கிராமப் பள்ளியில் கல்வி கற்றார். ஹிந்தி, வங்காளம், அஸ்ஸாமி போன்ற மொழிகளில் எழுதவும் படிக்கவும் கற்றுக்கொண்டார். மணிப்பூர் மலைப் பிரதேசப் பழங்குடிகளின் 20 சொச்சம் வட்டார மொழிகளில் பேசும் திறமையும் பெற்றார். அவருடைய அப்பா தமிழ் கற்றுத் தந்திருந்தார். அப்படியாக வெகு விரைவிலேயே எந்தப் பெரிய சிரமமும் இன்றி ஏராளமான இந்திய மொழிகளில் பேசக் கற்றுக்கொண்டார். அதைவிட அதிகமான மொழிகளைப் புரிந்துகொள்ளவும் சிலவற்றில் எழுதப் படிக்கவும் தெரிந்துகொண்டார். அங்கு இருந்த பலருக்கும் இந்த திறமையும் வாய்ப்பும் இயல்பாகவே கிடைத்திருந்தது.

மூரே கிராமத்தில் பல ஆண்டுகள் வசித்தபோதிலும் தாத்தாவின் குடும்பம் பூர்விக கிராமமான சங்கராபுரத்துக்குத் தவறாமல் வந்து போய்க்கொண்டிருந்தது. அந்த கிராமத்தின் கடவுளும் அதற்கான திருவிழாவும்தான் அவர்களைப் பூர்விகபூமியின் வேர்களோடு பின்னிப் பிணைத்திருந்தன. மணிப்பூரில் இருந்தாலும் அவர்கள் தமது ஜாதிக்குள்ளாகவே திருமணம் செய்துகொண்டார்கள். தமக்குள் தாய்மொழியிலேயே பேசிக்கொண்டார்கள். வீட்டில் இட்லி, தோசை போன்றவற்றையே உண்டார்கள். ஆனால், பிற அம்சங்களில் அவர்கள் பாலில் கலந்த சர்க்கரையைப்போல் மணிப்பூர் சமூகத்தில் இரண்டறக் கலந்திருந்தனர்.

தாத்தாவின் பால்யம் என்பது நீண்ட நெடும் பேருந்து, ரயில் பயணங்கள், இடை நிறுத்தப்பட்ட பள்ளிக் கல்வி, சுதந்திரப் போராட்ட அனுபவம், இந்திய தேசிய ராணுவத்தின் குண்டுவீச்சுகள்,

இரண்டாம் உலகப் போர், மூங்கில் காடுகள், உள்நாட்டுப் போர்கள், காலரா நோய்கள், வெள்ளங்கள், வறட்சிகள் என ஏராளமான அசாதாரணமான அம்சங்களால் நிறைந்திருந்தது. இவை எல்லா வற்றுக்கு நடுவிலும் உப்பு நீர் கடலின் நடுவே அமைந்திருக்கும் பசுமைத் தீவென சங்கராபுர நினைவுகளும் அனுபவங்களும் தாத்தாவின் மனதில் ஆழமாக ஆனந்தமாகப் பதிந்திருந்தன.

சங்கராபுரம் கோவில் திருவிழா பௌர்ணமி-அமாவாசையை அடிப்படையாகக் கொண்ட சந்திர நாட்காட்டியின் அடிப்படையில் ஆண்டுதோறும் நிச்சயிக்கப்பட்டன. அக்கம் பக்கத்து கிராமங்களில் இருந்துமட்டுமல்ல தொலைதூர ஸ்ரீலங்கா, மலேசியா, சிங்கப்பூர்... ஏன் மேற்கத்தியநாடுகளில் இருந்துகூட அந்த விழாவுக்கு வருவார்கள்.

பிறந்த குழந்தைகள், புது துணிகள், அலங்காரப் பொருட்கள், பரிசுகள், இனிப்புகள் என ஏராளமானவற்றுடன் குடும்பத்தையும் உறவுகளை யும் நண்பர்களையும் சந்திக்க வருவார்கள். ஒவ்வொரு வருடம் வந்து கூடும்போது இறந்துபோய்விட்டவர்கள் பற்றிய சோகத் தகவல் களைப் பகிர்ந்துகொள்வார்கள். புதிதாகப் பிறந்த குழந்தைகளை தூக்கிக் கொஞ்சி மகிழ்வார்கள். திருவிழாவுக்கு வர முடியாமல் போனவர்கள்பற்றி வருத்தத்துடன் நினைவுகூர்ந்துகொள்வார்கள். கிட்டத்தட்ட கிராமமே ஒரு குடும்பமாக அந்தக் கோவில் திருவிழாவை முன்னிட்டு ஒன்றுகூடி மகிழ்வார்கள்.

குறைந்துவரும் மழை அளவுபற்றிப் பேசுவார்கள். பயிர் விளைச்சல் பற்றிக் கவலைகொள்வார்கள். உள்ளூரில் பிழைக்கு வழியில்லாமல் இருந்துகொண்டிருப்பது பற்றியும் வெளி உலகில் வாய்ப்புகள் குவிந்துகிடப்பது பற்றியும் பேசிக் கொள்வார்கள். இளைஞர்களை வெளியுலகுக்குத் துணிச்சலாக வந்து வாழ்க்கையை வளமாக ஆக்கிக் கொள்ளும்படி உற்சாகமூட்டுவார்கள். திருமண வயதில் குழந்தைகள் இருக்கும் பெற்றோர், தகுந்த வாழ்க்கைத் துணைகளைத் தேடிப் பேசி முடித்துக்கொள்வார்கள். விருந்துகள் சாப்பிட்டு, ஊர் வம்புகள் பேசி, கூட்டம் கூட்டமாகத் தெருக்களில் சுற்றியலைந்து அந்த விழாவைக் கொண்டாடுவார்கள்.

முதல் மூன்று நாட்களுக்கு மிகவும் ஆசாரமான சடங்குகள் நடைபெறும். அனைத்து வீடுகளிலும் சைவ உணவு மட்டுமே சமைக்கப்படும். மக்கள் அனைவரும் பெரும்பாலான நேரத்தை கோவில் வளாகத்தில் சடங்கு சம்பிரதாயங்களிலேயே கழிப்பார்கள். கோவிலுக்கு வெள்ளையடித்தல், மராமத்து வேலைகள் செய்தல் என புனரமைக்கப்படும். கிராம தெய்வம் அற்புதமாக அலங்கரிக்கப்படும். உற்சவ மூர்த்திகளை அழகிய பல்லக்கில், தேரில் வைத்து அனைத்து

தெருக்கள் வழியாகவும் ஊர்வலமாக அழைத்துச் செல்வார்கள். தீ மிதி, தூக்கம் (குழந்தைகளைக் கட்டித் தூக்கி நேர்ச்சை செய்தல்), மொட்டையடித்தல், அலகு குத்திக் கொள்ளுதல் என ஏராளமான சடங்குகள் நடக்கும்.

மூன்று நாள் கழித்து மாரியம்மன் கோவில் விழா ஆரம்பித்ததும் விழாவின் நிறம் அப்படியே மாறிவிடும். உக்ர காளியான மாரியம்மனுக்கு ஆடுகள், கோழிகள் பலிகொடுக்கப்படும். கறி விருந்து சமைத்து குடும்பத்தினரும் உறவினர்களும் கூடி அமர்ந்து உண்பார்கள்.

திருவிழாவையொட்டி நடக்கும் சந்தையில் துணிகள், வளையல்கள், கைவினைப் பொருட்கள், விளையாட்டுப் பொருட்கள் என ஆசைதீர வாங்குவார்கள். திருமணமான பெண்கள் புடவை அணிந்தும் இளம் பெண்கள் பாவாடை தாவணி அணிந்தும் வலம்வருவார்கள். அவர்களுக்கென இருக்கும் இடங்களில் கூட்டம் கூட்டமாக அமர்ந்து கொள்வார்கள். ஆடுகள், கோழிகள், கழுதைகள், பசுக்கள், காளைகள் சில நேரங்களில் குதிரைகள், யானைகள்கூட சந்தையில் விற்கப்படும்.

ஏராளமான பலகாரக்கடைகள், சாப்பாட்டுக்கடைகள் வரிசைகட்டி நிற்கும். இரட்டைக்குவளைகள் கொண்ட டீக்கடைகள் புதிதாக ஏராளம் முளைக்கும். சிறுவர்களுக்கு ராட்டினம், ஊஞ்சல்கள், சறுக்கு மரங்கள், குதிரை சவாரிகள், பயாஸ்கோப்புகள் என ஏராளமான மனம் கவரும் விஷயங்கள் குவிந்துகிடக்கும். ஏராளமான மவுனப்படங்கள் டூரிங் டாக்கீஸ்களில் விடிய விடிய நடக்கும். பாடகர்கள், நடனக் கலைஞர்கள், சிலம்பம் போன்ற விளையாட்டு வீரர்கள் என ஏராள மானவர்கள் கலை நிகழ்ச்சிகள் நடத்துவார்கள். பார்வையாளர்கள் அவர்களுக்கு மனமாரக் காணிக்கை கொடுப்பார்கள். கரகாட்டம் மிக உற்சாகமாக நடத்தப்படும். யாசகர்கள் கூட்டமும் இருக்கும்.

சொந்தபந்தம், உற்றார் உறவினர், நண்பர்கள் என யார் கைவிட்டாலும் தென்னை கைவிடாது என்று பெரியவர்கள் நம்பினார்கள். எனவே ஏழை பாழைகளுக்கு தென்னங்கன்றை தானமாகக் கொடுப்பார்கள்.

சல்லிக்கட்டு வெகு விமரிசையாக நடக்கும். திருவிழாவின் முக்கிய அம்சமே அதுதான். ஊட்டி வளர்க்கப்பட்ட, நன்கு பயிற்சியளிக்கப் பட்ட முரட்டுக் காளைகள் அவிழ்த்துவிடப்படும். இளவட்டங்கள் அதன் மீது பாய்ந்து அடக்குவார்கள். மல்யுத்தம், கபடி போட்டிகள், காளைவண்டி, குதிரை வண்டி பந்தயங்கள் நடக்கும். இவற்றுக்கும் பெருமளவில் கூட்டம் வருவார்கள். நாட்டுப்புற நடனங்கள், புராண நாடகங்கள், பாட்டுக் கச்சேரிகள் எல்லாம் நடக்கும். எல்லா வயதினருக்கும் எல்லா வர்க்கத்தினருக்கும் அவரவருக்கான

வேடிக்கை, விளையாட்டுகள் மிகுந்து இருக்கும். தாத்தாவின் மனதில் மிகவும் ரம்யமாக, ஆழமாக சங்கராபுரம் திருவிழா பதிந்திருந்தது.

இதனிடையில் பிரிட்டிஷ் காலனியாக இருந்த இந்தியாவுக்கு 1947 ஆகஸ்ட் 15 நள்ளிரவில் சுதந்தரம் தரப்பட்டது. இறையாண்மையும் அனைவருக்கும் வாக்குரிமையும் கொண்ட ஜனநாயக குடியரசாக இந்தியா மலர்ந்தது. சுதந்தரம், சகோதரத்துவம், நீதி ஆகியவற்றை உறுதிப்படுத்தும் மிக நீண்ட, மிகப் பெரிய அரசியல் சாசனத்தின் அடிப்படையில் அது செயல்பட ஆரம்பித்தது. அனைத்துக் குடிமகன்களுக்கும் அரசியல், பொருளாதார, அடிப்படை உரிமைகளை அது வழங்கியது.

இந்த சுதந்தரம் தமிழகத்தையும் மணிப்பூரையும் ஒரே குடையின் கீழ் கொண்டுவந்தது. பர்மா தனி நாடானது. மணிப்பூரின் மகாராஜாவான புத்தசந்திரரால் மணிப்பூர் இந்தியாவுடன் இணைக்கப்பட்டது. இது அங்கிருந்த பலருக்குப் பிடிக்கவில்லை. ஆரம்ப காலத்தில் சில கிளர்ச்சிகள் நடந்தன. ஆனால், அதன் பிறகு வடகிழக்கில் ஓரிரு மாநிலங்கள் நீங்கலாக எல்லாம் இந்தியக் குடியரசுடன் மெள்ள இணைந்தன. மதராஸ் பிரஸிடென்ஸியிலும் லேசான அதிருப்தி இருந்தது. அதுவும் வெகு சீக்கிரமே சுமுகமாக முடிவுக்கு வந்தது.

மிக நீண்ட, மிகக் கடுமையான சுதந்தரப் போராட்டத்துக்குப் பின்னர் இந்தியாவுக்கு சுதந்தரம் கிடைத்தது. அதன் பரந்து விரிந்த நிலப்பரப்பு கொடூரமான முறையில் துண்டாடப்பட்டது. பல்வேறு பிராந்திய அரசியல்கள், மோதல்கள், நிலைநிறுத்தல்கள், விட்டுக்கொடுத்தல்கள், சலுகைகள், ராஜ தந்திர நடவடிக்கைகள், ராணுவ நடவடிக்கைகள், பொதுவான அற மதிப்பீடுகள், பொதுவான தலைவிதி இவற்றினூடாக நவீன இந்திய தேசம் உருவானது.

சுதந்திரம் கிடைத்த காலகட்டத்தில் இருந்த பெருமிதங்கள், லட்சியங்கள் எல்லாம் வெகு சீக்கிரமே களையிழந்தன. கிழக்கு, மேற்கு பாகிஸ்தான் எல்லைப் பகுதிகளில் நடந்த படுகொலைகள், வன் கொடுமைகள், இடப்பெயர்ச்சி எல்லாம் உலகில் முன் எப்போதும் இருந்திராத அளவுக்கு மிகவும் கொடூரமானதாக, துயரம் நிரம்பியதாக இருந்தது. தேசத் தந்தைகூட பிரார்த்தனை மையத்துக்குப் போகும் வழியில் படுகொலை செய்யப்பட்டிருந்தார். மணிப்பூரிலும் கலவரங்கள் நடந்தன. நவீன அரசு என்ற கட்டமைப்புக்குப் பழக்கப்பட இந்தியர்களுக்குக் கொஞ்சம் கால அவகாசம் தேவைப்பட்டது.

ஜனநாயகத்துடன் அதன் அசிங்கமான, தவிர்க்கமுடியாத உடன் பிறப்பான அற்ப அரசியல் செயல்பாடுகளும் வந்து சேர்ந்தன. மொழி,

ஜாதி உணர்வுகள் தூண்டப்பட்டன. வாக்கு வங்கி அரசியல் தொடங்கியது. தேர்தலில் வெற்றி பெற ஏராளமாகப் பணத்தை வாரி இறைக்கவேண்டியிருந்தது. லஞ்ச ஊழல் என்பது இயல்பான சாதாரண நிகழ்வாக ஆகிப்போனது.

பழைய அதிகார அடுக்குகள் தகர்க்கப்பட்டு புதிய அதிகார மையங்கள் உருவாக்கப்பட்டன. அதோடு இந்தியா என்பது போலித்தனத்தால் நிரம்பியதாக ஆனது. வெகுவிரைவிலேயே அரசியல் சக்திகள் சர்வ வல்லமை கொண்டவையாக ஆகிவிட்டன. லைசன்ஸ் ராஜ் என்ற பெயரில் பிற அனைத்து பொருளாதாரச் செயல்பாடுகளின் கழுத்தை நெரித்துப்போட்டன.

இயற்கை வளங்கள், தொழில் துறைகள், மக்களுக்குத் தேவையான பொருட்களின் உற்பத்தி எல்லாமே அரசியல் செல்வாக்கு உடைய சந்தர்ப்பவாத அரசியல் தரகர்களின் ஏகபோக உரிமைகளாகிவிட்டன. தொழில் முனைவோர்களின் இயல்பான தன்னெழுச்சியான உத்வேகங்கள் எல்லாம் இந்த சமமற்ற ஆடுகளத்தினால் முடக்கிப் போடப்பட்டன. அரசியல்வாதிகள், அவர்களுக்கு விசுவாசமான அதிகாரிகள், இருவருக்கும் ஆதரவான வர்த்தகர்கள் ஆகிய இவர்கள் ஒன்று கூடி தேசத்தை ஒட்டச் சுரண்டத் தொடங்கினர். ஊடகங்கள், அரசு சாரா நிறுவனங்கள், ஒப்பந்ததாரர்கள், சதிகார கும்பல்கள் எல்லாரும் மெள்ள இந்த கும்பலில் சேர்ந்துகொண்டு கொள்ளை யடிக்கத் தொடங்கினர். மக்கள் எதுவும் சொல்ல முடியாமல் வாய் மூடி கை கட்டி வேடிக்கை பார்க்க வேண்டியிருந்தது.

இந்தப் புதிய இந்தியா உருவானபோது தாத்தா இளைஞராக இருந்தார். ஓர் அசாதாரண வாழ்க்கையை வாழ்ந்தார். அவர் இளம் பருவத்தை அடையும் முன்னரே பெற்றோர் இறந்துவிட்டிருந்தனர். மிகப் பெரிய கூட்டுக் குடும்பத்தில் வசித்தார். திருமணம் ஆகாமல், வயலில் உழுதுகொண்டு, சிறு சிறு வணிகத்தில் ஈடுபட்டபடி வாழ்ந்தார். ஆண்டுதோறும் சங்கராபுரம் விழாவுக்கு வந்துபோனார்.

தாத்தாவுக்கென்று சொந்தமாக சொத்து பத்து, உடமைகள் எதுவும் இருந்திருக்கவில்லை. சில துணிமணிகள், சோப்பு சீப்புகள், புத்தகங்கள், பாத்திரங்கள் என அவருக்கென்று இருந்தவற்றை ஒரு சிறிய டிரங்க் பெட்டிக்குள் அடக்கிவிடமுடியும். ஒரு சைக்கிள், படுத்து உறங்க சிறிய இடம்... இவ்வளவுதான் அவருக்கு சொந்தம். வங்கிக் கணக்கு, சொத்து ஆவணங்கள், பள்ளி சான்றிதழ்கள், புகைப்படங்கள் எதுவும் கிடையாது. இவ்வளவு ஏன் செருப்புகூடக் கிடையாது. அவர் இருந்தாலும் சரி... இல்லாவிட்டாலும் சரி... குடும்பத்திலும், ஜாதியிலும், கிராமத்திலும், புற உலகத்திலும் எந்தப்

பெரிய மாற்றமும் இருந்திருக்கவில்லை. இப்படியான எந்தவித முக்கியத்துவமும் அற்ற வாழ்க்கையை தாத்தா பல ஆண்டுகாலம் வாழ்ந்தார்.

வாராத தலைமுடி, வாய் கொள்ளாத சிரிப்பு, இருந்த இடம் தெரியாமல் இருப்பது, பணிவு... தாத்தா என்றால் இவைதான் அனைவருக்கும் நினைவுக்கு வரும். இப்படியே கமுக்கமாக ஐம்பது வயதுவரை வாழ்ந்துமுடித்துவிட்டார். சங்கராபுரத்துக்கு வந்து போவது குறையத் தொடங்கியது. பர்மாவுக்குப் போவது சுத்தமாக நின்றுபோனது. உண்பது குறைந்தது. தூக்கம் குறைந்தது. பெயருக்கு ஏற்ப தாத்தாவாகவே ஆகிப்போனார். தோலில் சுருக்கங்கள் விழத் தொடங்கின. முதுமையின் காரணமாக மங்கலாகிப் போன உலகைப் பார்க்க கண்ணாடி தேவைப்பட்டது.

மணிப்பூரும் வெகுவாக மாறியிருந்தது. மக்கள் நெருக்கம் அதிகரித்திருந்தது. பெரிய வீடுகள்... கார்கள்... வானொலிகள், ஒலிப்பெருக்கிகள்... எங்கும் பெரும் சப்தம். பழங்கால நிலவுடமை சமுதாயம் மாறிப்போய் அரசியல்வாதிகள், அதிகாரிகள், ஒப்பந்ததாரர்கள் என புதிய அதிகார அடுக்கு உருவாகிவிட்டிருந்தது.

மரங்கள், காடுகள், நீரோடைகள் எல்லாம் வெகு வேகமாக குறையத் தொடங்கியிருந்தன. மலைச் சரிவுகளில் மண் அரிப்பைத் தடுக்க மரங்கள் செடிகள் என எதுவுமே இருந்திருக்கவில்லை. காகங்கள் நீங்கலாக பிற பறவைகள் எல்லாம் பசுமையான இடம் தேடி நகர்ந்துவிட்டிருந்தன. தூய நீர் கிடைப்பது அரிதாகிப் போனது. வயல்களில் விளைச்சல் குறைந்துபோனது. அதிக உரங்கள், அதிக உழைப்பு தேவைப்பட்டன.

பறவைகள் பாடுவதை நிறுத்திக்கொண்டன. விண்ணை முட்டும் அளவுக்கு வளர்ந்த மரங்கள் குறைந்துபோய்விட்டன. தரையோடு தரையாக வளரும் களைகள் மட்டுமே பெருகத் தொடங்கின. மலர் வனங்கள் கருகின. முயல்கள், குரங்குகள் போக்கிடம் தெரியாமல் தவித்தன. சூரியன் தகிக்கத் தொடங்கியது. மேகங்கள் சூல் கொள்ளாமலேயே காற்றால் விரட்டியடிக்கப்பட்டன. முரே காங்க்ரீட் காடாகிவிட்டிருந்தது. எங்கு பார்த்தாலும் அசிங்கமான மின்சார கம்பங்கள், அதைவிட அசிங்கமான மின்சார ஒயர்கள், தார்ச்சாலைகள் என எல்லாமே மாறிப் போயிருந்தன.

தாத்தாவுக்கு இந்த மாற்றங்கள் பிடித்திருக்கவில்லை. ஏதோ ஒருவகையில் அவை அவருக்கு மிகுந்த வருத்தத்தைத் தந்தன. எனவே அவர் ஒரு இனிய அதிகாலையில் காட்டு மரமொன்றின் விதைகள்

சிலவற்றை எடுத்து தன் வீட்டைச் சுற்றி இருந்த இடத்தில் ஊன்றினார். அவை நன்கு முளைவிட்டு முளைத்தன. நாளடைவில் அவை கொஞ்சம் கொஞ்சமாக வலிமையான தண்டுடன், கிளைகளுடன், பூ, காய்களுடன் மரமாகத் தொடங்கின. தாத்தாவின் வீட்டைச் சுற்றி பசுமை தழைக்க ஆரம்பித்தது.

தாத்தா தனது வாழ்க்கையின் அர்த்தத்தை அந்த மரங்களின் வளர்ச்சியில் இருந்து கற்றுக்கொண்டார். பறவைகளில் கீச்சுக் குரல்களும் அவருடைய குழந்தைகள்போல் வளரத்தொடங்கிய மரங்களும் அவரை பொறுப்பான மனிதராக, பரபரப்பான மனிதராக ஆக்கின.

கிடைக்கும் இடங்களில் எல்லாம் விதைகளை ஊன்றி மரங்களை வளர்க்க ஆரம்பித்தார். கானகங்களுக்குள் தேடி அலைந்து பல்வேறு விதைகளைச் சேகரித்து, ஊரில் காலி இடங்களிலெல்லாம் நட ஆரம்பித்தார். தன் கிராமத்தில் காலி இடங்கள் அனைத்தையும் மரங்களால் நிரப்பியதைத் தொடர்ந்து அக்கம் பக்க கிராமங்ளுக்குத் தன் மனதில் இருந்த காட்டைச் சுமந்து சென்று ஊன்ற ஆரம்பித்தார்.

தினமும் அதிகாலையில் எழுந்து வேட்டியை மடித்துக் கட்டிக் கொண்டு காட்டுக்குச் சென்று விதைகள் சேகரித்து வருவார். எந்தக் கனி மரங்கள், நிழல் மரங்கள் இவற்றை நடவேண்டும் என்பது அவருக்கு விரைவில் தெரிந்துவிட்டது. ஒவ்வொரு விதையையும் சாணி கலந்த ஈர மண்ணில் பொதிந்து விதைப் பந்தாக உருவாக்கி வைத்துக்கொள்வார். ஆரம்பத்தில் நடந்துபோய் நட்டுவந்தவர், சைக்கிளை எடுத்துக்கொண்டு தூரத்து ஊர்களுக்குச் சென்று காடு வளர்க்கத் தொடங்கினார். நாட்கள், மாதங்கள், வருடங்கள் என இந்தப் பணி தொடர்ந்தது.

அப்படியாக மறைந்த கானகம் மணிப்பூரில் மீண்டும் முளைத்தது. இடம் பெயர்ந்த பறவைகள், விலங்குகள் வீடு திரும்பின. பறவைகளின் இன்னொலிகள் கேட்கத் தொடங்கின. மழை பருவம் தவறாமல் பெய்யத் தொடங்கின. நீரோடைகள் பெருகத் தொடங்கின. ஒட்டுமொத்த பிராந்தியமே பழைய பொற்காலத்துக்குத் திரும்பின. தாத்தா தொடர்ந்து மரம் நடுவதைத் தொடர்ந்தார். சிலர் அவருக்கு உதவினார்கள். பலர் அவரை தள்ளி நின்று வேடிக்கை பார்த்தபடியே பாராட்டினார்கள். ஆனால், அவருடைய இந்த மவுனப் புரட்சியை நீண்ட காலம் தொடர முடிந்திருக்கவில்லை. ஒரு நாள் அது பெரும் பூகம்பமாக வெடித்தது.

3

தனியே... தன்னந்தனியே ஒரு தவம்

நம் தேசத்தின் வட கிழக்குப் பகுதியில் அஸ்ஸாம், அருணாச்சல பிரதேசம், மேகாலயா, மணிப்பூர், நாக்காலாந்து, திரிபுரா, மிஸோரம், சிக்கிம் என ஒன்றுக்கொன்று தனித்தன்மை வாய்ந்த பாரம்பரியங்களைக் கொண்ட மாநிலங்கள் இருக்கின்றன. பெரிதாக இருந்த மாநிலங்களை இரண்டாகவும் மூன்றாகவும் பிரித்து இந்த மாநிலங்கள் உருவாக்கப்பட்டுள்ளன. இவற்றில் பல மாநிலங்கள் யூனியன் பிரதேசமாக இருந்து அதன் பின் தனி மாநிலமாக ஆகியிருக்கின்றன.

இந்த மாநிலங்களின் பூகோள, கலாசார வேறுபாடுகள் பல்வேறு மோதல்களுக்கு வழிவகுத்துள்ளன. கிளர்ச்சிக் குழுக்கள் தமக்குள்ளாக மட்டும் மோதவில்லை... தேசத்தின் இறையாண்மையையும் கேள்விக்குட்படுத்தின. கிழக்கு பாகிஸ்தான் என்ற பெயரில் இருந்து வங்காளதேசம் என்று மாறிய நாடு, சீனா போன்ற நம்முடன் பகைமை பாராட்டும் அயல் நாட்டு சக்திகளின் செல்வாக்கை வடகிழக்கு மாநிலங்களில் மட்டுப்படுத்தும் நோக்கில் நமது ராணுவம் வெகு தீவிரமாக இந்தப் பகுதிகளில் ஈடுபடுத்தப்பட்டுள்ளன.

ஆயுதப்படைகளுக்கான சிறப்பு அதிகாரச் சட்டம் (1958) இந்த மாநிலங்களில் அமல்படுத்தப்பட்டு ராணுவத்துக்கு அளப்பரிய பலத்தைக் கொடுத்தன. பல்வேறு மனித உரிமை மீறல்கள் தொடர்பான புகார்கள் பதிவுசெய்யப்பட்டுள்ளன. எல்லைக்கோட்டுப் பிரச்னையானது அண்டை நாடுகளுடன் மட்டுமல்ல; நம் நாட்டின் வட கிழக்கு மாநிலங்களுக்கு உள்ளாகவும் இருந்துவருகின்றன. அவற்றில் சில

சுய ஆட்சி அதிகாரத்தைக் கோருபவையாகவும் இருக்கின்றன. அப்படியாக மாநிலங்களை மேலும் பிளவுபடுத்துபவையாக இருக்கின்றன. இந்தப் பிராந்தியத்தில் இருக்கும் கலகக்காரக் குழுக்களுக்கு சமீப காலமாக மியான்மர் அரசும் புகலிடம் தருவதாகக் குற்றச்சாட்டுகள் எழுந்தன.

இப்படியான கிளர்ச்சிகள் அல்லாமல் இந்த வட கிழக்கு மாநிலங்கள் பொதுவாகவே எளிதில் சென்று வர முடியாதவையாக மலையும் காடும் நிறைந்து காணப்படுகின்றன. இந்த மாநிலங்களுக்கும் இந்தியாவின் பிற மாநிலங்களுக்கும் இடையிலான ரயில் தொடர்புப் பாதை வங்காளதேசம் வழியாகச் செல்கிறது. அதனால் தற்போது நமக்கு எந்தப் பயனும் கிடைக்க வழியின்றி மூடப்பட்டுள்ளது. மத மாற்றம் மற்றும் தாய் மதம் திரும்பச் செய்தல் என மதம் சார்ந்த மோதல்களும் வெகுவாக இங்கு நடக்கின்றன. போதுமான கல்வி, மருத்துவ வசதி, பிற அடிப்படைத் தேவைகள் இல்லாமலும் இருக்கின்றன.

கிழக்கு பாகிஸ்தானில் இருந்து வந்த அகதிகளின் எண்ணிக்கை நம் மாநிலங்களின் மக்கள் தொகையில் அபாயகரமான அணிதிரளலையும் மாற்றத்தையும் கொண்டுவந்துள்ளது. பூர்விக இடம் என்பது எதுவும் இல்லாத 'எங்கிருந்தோ வந்த' மக்கள் பலர் நம் நாட்டுக் குடியுரிமையை எளிதில் பெற்றுக்கொண்டுவிடுகிறார்கள். இப்படியான ஊடுருவலைத் தடுக்க அந்த எல்லையில் வேலிகள் போடப்பட்டுள்ளன.

இந்தப் பிராந்தியத்தில் ஏராளமான அரசியல் கட்சிகள் கால் பதித்துள்ளன. அவை ஊடுவல்காரர்களுக்கு எல்லா வசதிகளும் செய்து கொடுத்து அவர்களைத் தமது வாக்கு வங்கிகளாகப் பயன்படுத்திக் கொள்ளும் போக்கும் மிகுந்த காணப்படுகிறது. எல்லா கட்சிகளும் பல்வேறு சமரசங்கள், மோதல்கள், கூட்டணிகள் என அமைத்துச் செயல்பட்டுவருகின்றன.

மாநில அரசானது, நினைத்தபடி கட்சி தாவும் நபர்களால் எப்போது வேண்டுமானாலும் கவிழலாம் என்ற நிலையிலேயே இருந்து வருகிறது. எந்த அரசும் தனது முழு ஆட்சி காலத்தை முடிப்பதே இல்லை. மக்களால் தேர்ந்தெடுக்கப்பட்ட அரசும் கவர்னர் ஆட்சியும் மாறிமாறி வந்துபோகின்றன.

இந்தப் பிராந்தியம் மற்றும் மக்களின் நலனுக்காக அரசு தரும் பணமானது கிளர்ச்சியாளர்கள் உட்பட நெருக்கடி கொடுக்க முடிந்த குழுக்களுக்கே போய்ச் சேர்ந்தன. அரசு ஊழியர்கள், அரசுப் பொறுப்பில் நடக்கும் நிறுவனங்களின் ஊழியர்கள் குறிப்பிட்ட தொகையை தமது 'உயிர் பாதுகாப்புக்கான தொகையாக' கலவரக்காரர் களுக்குக் கொடுத்தாகவேண்டியிருந்தது.

இந்தப் பிராந்தியத்தில் இயற்கை மற்றும் கனிம வளங்கள் மிக மிக அதிகம் என்பதால் அரசு சார்பிலான சுரங்கம் மற்றும் பெட்ரோலிய பெரு நிறுவனங்கள் இங்கு மிக அதிகமாக இருக்கின்றன. இந்த அரசு நிறுவனங்களின் திட்டங்கள் நல்லபடியாக நடந்து முடியவேண்டு மென்றால் கலவரக்காரர்களுக்கு அந்த நிறுவனத்தினர் அடிபணிந்து தான் ஆகவேண்டும். வருமான வரித்துறை, தணிக்கைத்துறை போன்றவையெல்லாம் இந்தப் பிராந்தியங்களில் செயல்படவே இல்லை என்றே சொல்லலாம். அரசாங்கத்தின் பணமானது பெருமளவுக்கு முறைகேடாகவே செலவிடப்பட்டன. யாரும் எதையும் தட்டிக் கேட்கவே முடிந்ததில்லை.

வட கிழக்குக்கான வளர்ச்சிக்கு என்று என்று தனியாக அமைக்கப் பட்ட துறையானது பெரிதாக எந்தவித திட்டவட்டமான இலக்கு மின்றித் தன் பணிகளைத் தொடங்கியிருக்கிறது. எந்தத் தெளிவான வேலைத் திட்டமும் வகுத்துத் தரப்படவில்லை என்பதால், கேபினெட் மினிஸ்டர், செயலர், துணைச் செயலர், இரண்டு இணைச் செயலர்கள், ஏகப்பட்ட இயக்குநர்கள், டெபுடி செயலர்கள், அண்டர் செகரட்டரிகள், அதிகாரிகள், உதவியாளர்கள், தனிப்பட்ட உதவியாளர் கள், தட்டச்சுப் பணியாளர்கள், சுருக்கெழுத்துப் பணியாளர்கள், வாகன ஓட்டிகள், ப்யூன்கள் என எல்லாமே தமக்கான வேலையைத் தாமே உருவாக்கிக் கொள்ளவேண்டிய சூழல் நிலவுகிறது.

புதிதாக அமைக்கப்பட்ட இந்த அமைச்சகம் மத்திய அரசின் திட்டங்கள் அனைத்தையும் வட கிழக்கு மாநிலங்களில் அமல்படுத்த முயற்சிகள் எடுக்கவேண்டும் என்று அமைச்சர் விரும்பினார். ஆனால், ஏற்கெனவே இதற்கென இருந்த அமைச்சகங்கள் இந்தப் புதிய நிர்வாக அமைப்பை விரும்பவில்லை. மேலும் மாநில அரசின் அதிகாரத்துக்கு உட்பட்ட விஷயங்களில் மத்திய அரசின் குறுக்கீட்டை அந்த மாநிலங்கள் விரும்பவில்லை. பல மாதங்களுக்கு இந்தப் புதிய அமைச்சகமானது காத்திரமான எந்தப் பணியும் இல்லாமல் வெறுமனே புள்ளிவிவரங்களைத் தொகுக்கும் பணியை மட்டுமே செய்துவந்தது.

பல்வேறு முயற்சிகளுக்குப் பிறகு கேபினட் அமைச்சர் இறுதியாக பணிகளை முடுக்கிவிடும்நோக்கில் அனைவரையும் அழைத்துப் பேசினார். பொதுத்துறை நிறுவனங்கள், அரசு சாரா நிறுவனங்கள், பொருளாதார நிபுணர்கள், தனியார் வணிக நிறுவனங்கள், தொழில்நுட்ப நிபுணர்கள் என பல தரப்பினரை அழைத்தார். வட கிழக்கு மாநிலங்களின் பொருளாதார வளர்ச்சிக்கு என்ன செய்ய வேண்டும் என்று திட்டம் வகுத்துத் தரச் சொல்லி அவர்களைக் கேட்டார்.

மாநிலத்தில் சட்டம் ஒழுங்கு நிலை சீராக இல்லையென்றால் எந்தவொரு வளர்ச்சித் திட்டமும் பலனளிக்காது; எல்லாம் வெறும் கனவாகவே இருக்கும் என்று ராணுவமும் துணை காவல் படையும் என்று சொல்லின.

பக்கத்து பகை நாடுகள் தீவிரவாதக் குழுக்களில் ஆட்கள் சேர்ப்பு, ஆயுதப் பயிற்சி, ஆயுதங்கள் எனக் கொடுத்து உதவி வந்ததால் ராணுவம் தீவிரமாகச் செயல்பட்டாகவேண்டிய நிர்பந்தம் இருந்தது. எனவே, அந்தப் பிராந்தியத்தில் நீடித்த அமைதி தவழ ராணுவத்துக்கு அதிக அதிகாரமும் அதிக நிதி உதவியும் தருவதென்று முடிவானது.

மறுபக்கம் சுகாதாரத்துறையானது நிறைய ஆரம்ப சுகாதார மையங்களை அந்தப் பிராந்தியத்தில் ஆரம்பிக்கவேண்டும்; மேலும் அங்கு எய்ம்ஸ் மருத்துவமனை அமைக்கவேண்டும் என்று ஆலோசனை சொன்னது.

நெடுஞ்சாலைப் போக்குவரத்துத் துறையோ நான்கு வழிச்சாலை அமைக்கவேண்டும் என்று கோரிக்கை விடுத்தது. பிற மாநில மக்கள் வந்து போகவும் இயற்கை வளங்கள், தேவைகள் எளிதில் உள்ளும் புறமும் வந்து போகவும் அது மிகவும் அவசியம் என்று சொன்னது.

ரயில்வே நிர்வாகம் அந்த மாநிலங்களில் தேவையான ரயில்வே போக்குவரத்து நடைபெறத் தேவையான திட்டங்களை முன்வைத்தது. விமானத்துறையோ அங்கு விமான நிலையங்கள் அமைக்கவேண்டும்; விமானப் பயணச் சேவைகளுக்கு அரசு மானியம் தரவேண்டும் என்று கேட்டுக்கொண்டது.

பொதுத்துறை நிறுவனங்களோ ஏற்கெனவே இருக்கும் ஆலைகளோடு சேர்ந்து புதிதாக சிலவற்றைத் தொடங்கவும் விரிவாக்கம் செய்யவும் புதிய க்ரீன் ஃபீல்ட் திட்டங்களைத் தொடங்கவும் கோரிக்கை வைத்தது. நீர்ப்பாசனத்துறையானது மிகப் பெரிய அணை கட்டவேண்டும் என்று சொன்னது.

சமூக சேவைகளுக்கு அதிக நிதி உதவி தரப்படவேண்டும் என்று அரசு சாரா நிறுவனங்கள் கோரிக்கை விடுத்தன. சுருக்கமாகச் சொல்வதென்றால் எல்லாருமே அதிக நிதி ஒதுக்கீட்டைக் கோரினார்கள். ஒவ்வொரு துறையும் தமக்குக் கூடுதல் நிதி தரப்படவேண்டும் என்று கோரினார்கள்.

அதேநேரம் நிதித்துறையோ ஏற்கனவே தரப்படும் நிதியை முறையாகச் செலவிடவேண்டும் என்று சொன்னது. செய் நேர்த்தியை அதிகரித்தல், செலவுகளைக் குறைத்தல், நிதி வீணடிப்பை நிறுத்துதல்

என கறாரான சில விதிமுறைகளை முன்வைக்கச் சொல்லி வற்புறுத்தியது. இப்படி இரண்டு ஒன்றுக்கொன்று முரணான தரப்புகள் மோதியதால் அமைச்சகம் என்ன செய்வதென்றே தெரியாமல் ஸ்தம்பித்தது.

இருந்தும் அமைச்சர் மிகவும் நம்பிக்கையானவர். நடப்பதெல்லாம் நன்மைக்கே என்ற நேர்மறை எண்ணம் கொண்டவர். வட கிழக்கில் எந்தெந்தத் துறைகளெல்லாம் சிறப்பாகப் பணியாற்றிவருகின்றன; அவற்றை மேலும் பலப்படுத்துவது எப்படி என்று தெரிந்துகொள்ள விரும்பினார். வெற்றிகரமான நடந்து முடிந்திருக்கும் விஷயங்கள், சிறப்பாகச் செய்யப்பட்டவை, அவற்றை மேலும் செழுமைப்படுத்த என்ன செய்யவேண்டும் என்று கேட்டுத் தெரிந்துகொண்டார்.

தனது அதிகாரிகளை மாவட்டங்கள், தாலுகாக்கள், கிராமங்கள் என எல்லா இடங்களுக்கும் சென்று மாவட்ட நிர்வாகம் எப்படிச் செயல் படுகிறது... மக்கள் என்ன விரும்புகிறார்கள் என்று விரிவான கள ஆய்வு செய்துவரும்படி அனுப்பினார். மாவட்ட ஆட்சிப் பணியாளர் களிடம் இதற்கான முக்கிய பொறுப்பை ஒப்படைத்தார்.

விரைவிலேயே பல வெற்றிக்கதைகள் வெளிச்சத்துக்கு வந்தன. பலர் அடிமட்டத்தில் பல நல்ல விஷயங்களை அதிக எதிர்பார்ப்பும் உதவியும் இன்றிச் செய்து வந்தார்கள். பல பள்ளிகள், மருத்துவமனை கள் சமூக சேவகர்களால் இலவசமாக நடத்தப்பட்டன. கிராமத்தினர் தாமாகவே தடுப்பணைகள் கட்டிக் கொண்டிருந்தார்கள். தமது கிராமத்துக்குத் தேவையான குடிநீருக்காக மூங்கில் குழாய்களை அமைத்துக்கொண்டிருந்தார்கள்.

ஆறுகளைப் பயன்படுத்தி உள்ளூர் உற்பத்திப் பொருட்களைப் பிற இடங்களுக்குக்கொண்டு சென்றார்கள். வேதி உரமில்லாத காய்கள் வளர்ப்பு, தோட்டங்கள், தானிய வங்கிகள் என வெளிக்குத் தெரியாமல் மிக நல்ல செயல்கள் அமைதியாக நடந்துவந்தன. வயதானவர்கள், கைவிடப்பட்ட பெண்கள், அநாதைகள் ஆகியோருக்கு உணவும் அடைக்கலமும் தரும் தன்னார்வ அமைப்புகள் பல இருந்தன.

பல்வேறு வட்டார மொழிகள், விழாக்கள், பாரம்பரிய உடைகள், பாரம்பரிய உணவுவகைகள், இசை, நடனம் போன்றவை உள்ளூர் கிராம மூப்பர்களின் உதவியுடன் பாதுகாக்கப்பட்டு பின்பற்றப் பட்டன. அருகில் கிடைக்கும் பொருட்களைக்கொண்டு வீடு கட்டும் கலை, சாலைகள் அமைத்தல், மர விழுதுகளைக் கொண்டு பாலங்கள் அமைத்தல், கிராம மக்களே கால்வாய்களைத் தூர்வாருதல், நீரோடை களை ஆழப்படுத்துதல், உள்நாட்டு பயிர்கள், கால்நடைகளை பாதுகாத்து இனப்பெருக்கம் செய்யச் செய்தல் என பல நல்ல விஷயங்கள் மாநிலங்களில் நடந்துவந்தன.

ஆனால், இவை எல்லாவற்றையும்விட ஒரே ஒரு சாதனையானது இவை அனைத்திலிருந்தும் விலகித் தனித்து நின்றது. மூரே பகுதியைச் சேர்ந்த தாத்தா என்பவர் பிறருடைய உதவி எதுவுமே இல்லாமல் அந்த பிராந்தியத்தில் ஏராளமான மரங்களைத் தனி ஒருவராக வளர்த்து அந்தப் பகுதியையே பச்சைப் பசேலென மாற்றிவிட்டிருந்தார்.

தாத்தாவைப் பற்றி ஊடகங்கள் பல செய்திகள் வெளியிட்டன. மத்திய மாநில அரசுகள் அவருக்கு விருதுகள் கொடுத்து கௌரவித்தன. மேலும் பல அமைப்புகளும் அவருக்கு விருதுகள் கொடுத்தன. சுற்றுச்சூழல் அமைச்சகம் அவரைப் பற்றி ஒரு ஆவணப்படம் எடுக்க நிதி உதவி செய்தது. சுற்றுச்சூழல் அமைச்சகத்தின் வட கிழக்கு மாநிலங்களின் சார்பிலான விளம்பர தூதுவராக ஆனார். மணிப்பூருக்கு ஒரு தேசிய ஹீரோ கிடைத்தார். ஒரு முன்மாதிரி வழிகாட்டி.

தாத்தா இந்தப் புகழையும் பாராட்டையும் பார்த்து மயங்கவொன்றும் செய்யவில்லை. அவர் பாட்டுக்கு மரங்களை நடும் தன்னுடைய பணியைத் தானாகத் தொடர்ந்து செய்துவந்தார். பேட்டிகள் கொடுப்பதைத் தவிர்த்தார். விருதுகள் வாங்க ஊர் ஊராகச் செல்ல மறுத்தார். அரசியல்வாதிகள், அரசு சாரா நிறுவனத்தினர் ஆகியோரையெல்லாம் சந்திப்பதைத் தவிர்த்தார். யாரிடமிருந்தும் எந்த நிதி உதவியையும் பெறவில்லை. தனது கூட்டுக்குள் மேலும் ஒடுங்கிக் கொண்டார். தனது பணியில் விடாப்பிடியுடன் கூடுதல் அர்ப்பணிப்புடன் ஈடுபட்டார்.

ஊடகங்கள் சில நாட்கள் இவர் பின்னால் சுற்றிவிட்டு மறந்தது. அரசியல்வாதிகள், அரசு சாரா நிறுவனங்கள் இவரை மறந்தனர். மக்கள் கூட இவரைப் பற்றிப் பேசுவதைக் குறைத்தனர். அவரைச் சுற்றி உருவாக்கப்பட புகழ் வெளிச்சமும் நல்லெண்ணமும் விரைவிலேயே வடிந்தன. ஊடகங்கள் வழக்கம் போல் பரபரப்பான கொலைகள், ஊழல்கள், வதந்திகளுக்குத் திரும்பியது. பழைய போஸ்டர்கள் மேலே புதிய போஸ்டர்கள் ஒட்டப்பட்டன. செய்தித் தாள்கள் வேறு செய்திகளை முந்தித் தர ஆரம்பித்தன. தாத்தா தனது வழக்கமான இடத்துக்குத் திரும்பினார்.

நான் இப்போது சென்னைக்குச் சென்று தாத்தாவின் சிஷ்யரான ரவியைப் பற்றிய தகவல்களைச் சேகரிக்கவேண்டும். ரவியின் நண்பர்கள், உறவினர்கள் சிலரைப் பார்த்திருந்தேன். அவருடைய உறவினர்களில் ஒருவர் முனைவர் ஆறுமுகம். மெட்ராஸ் இன்ஸ்டிடியூட் ஆஃப் டெக்னாலஜியில் சயிண்டிஸ்டாக இருந்தார்.

4

ஆஃப்கானிஸ்தான் : போரும் தழும்புகளும்

முனைவர் ஆறுமுகம் மெட்ராஸ் இன்ஸ்டிடியூட் ஆஃப் டெக்னாலஜி படித்து முடித்துவிட்டு பல காலம் கழித்து தன் அம்மாவுடனும் மனைவியுடனும் (ரவியின் சகோதரி) ஆஃப்கானிஸ்தானுக்கு வேலையாகச் சென்றுவிட்டிருந்தார். ராணுவப் பாதுகாப்பு தொடர்பான ஆயுதம் தயாரிக்கும் நிறுவனத்தில் பணிபுரியச் சென்றிருந்தார். காபூலில் மிகவும் பாதுகாப்பான வீட்டில் வசித்து வந்த அவர் அமெரிக்க ராணுவத்துக்கு துல்லியமான ட்ரோன் தாக்குதல் தொடர்பாக உதவிகள் செய்யும் பணியில் இருந்ததாகத் தெரியவந்தது. நான் இப்போது இறங்கியிருந்த பணி என்னை வெகுவாக ஆக்கிரமித் திருந்தது. எனவே, அபாயங்கள் நிறைந்த ஆஃப்கானிஸ்தானுக்குப் புறப்பட்டேன்.

ஆஃப்கானிஸ்தானுக்கு டூரிஸ்ட் விசா கிடைப்பது மிகவும் சிரமமாக இருந்தது. அதைப் பெற்றுக்கொண்டு அங்கு போனால் முனைவர் ஆறுமுகத்தை காவல் கெடுபிடிகள் நிறைந்த வீட்டுக்குச் சென்று சந்திப்பது அதைவிடக் கடினமாக இருந்தது. அங்கு காவல் மிகுந்த ஒரு ஹோட்டலில் அறை எடுத்துத் தங்கினேன். வெளியே செல்ல பயமாக இருந்ததால் சில நாட்கள் ஹோட்டலிலேயே முடங்கிக் கிடந்தேன். நான் தேடி வந்த நபரைப் பற்றி இணையத்தில் அதிகம் தேடித் தெரிந்து கொண்டேன்.

நாம் எங்கு செல்கிறோம் எப்போது செல்கிறோம் என்றெல்லாம் வெளியில் யாருக்கும் தெரிந்துவிடக்கூடாது. போவதும் வருவதும்

தெரியாமல் ரகசியமாக இருந்தாகவேண்டும். சிறிது நாட்கள் அப்படி இருந்த பிறகு மெள்ள தைரியம் வந்தது. வெளியில் கொஞ்சம் போய்வர ஆரம்பித்தேன்.

ஒரு நல்ல நாளில் அன்றைய ராசி பலன், சகுனம் எல்லாம் பார்த்துவிட்டு புகாரா என்ற இடத்துக்கு பஸ்ஸில் போக முடிவு செய்தேன். வண்ணமயமான பேருந்துகளில் கண்ணைக் கவரும் படியாக இருந்த ஆஃப்கானியர்கள் ஏராளமான பொதிகளை பஸ்ஸின் மேல் கூரைகளில் போட்டுக்கொண்டு பயணம் செய்தனர். இளைஞர்கள் வண்டிகளின் கூரைகளின் மேல் உட்கார்ந்துகொண்டு வேகமாக வீசும் காற்றை ரசிப்பதிலும் பேருந்து வளைவுகளில் திரும்பும்போது சாகசமாக மேலே உட்கார்ந்து செல்வதிலும் ஆர்வம்காட்டினர்.

நகரங்கள் எப்போதும் ஒருவித பதற்றத்திலேயே இருந்தன. ஆஃப்கானிஸ்தான் மிகவும் ஏழ்மை நிலையில் இருக்கும் நாடு; மக்கள் தொகையோ மிகவும் குறைவு; எளிதில் வந்துபோவதும் சிரமம்; பெட்ரோலியமோ பிறவகைக் கனிமங்களோ வேறு எந்த முக்கியமான அம்சமோ எதுவுமே கிடையாது; இருந்தும் உலகின் ஆதிக்க சக்திகள் இந்த நாட்டை ஏன் ஆக்கிரமிப்பதில் ஆர்வம் காட்டுகின்றன? எளிதில் நுழைய முடியும்; ஆனால் வெளியேற முடியாது எனும் வகையிலான சுழல் பாதைக்குள் சிக்கிக்கொண்டு விட்டனவா? அது அராஜகமான போரா... அறியாமையிலான போரா? ராணுவ சக்திகள் அரசின் கொள்கைகளைக் கட்டுப்படுத்தத் தொடங்கி விட்டிருப்பதுபோல் தெரிகிறது. அவை பெரிதும் முட்டாள்த் தனமாகவும் அபாயகரமானதாகவுமே இருக்கின்றன.

காபூலில் அருமையான உணவு கிடைத்தது. மது தடைசெய்யப் பட்டிருந்ததால் டீ, காஃபி, சர்பத்கள், குளிர் பானங்கள் போன்றவை லிட்டர் கணக்கில் உணவு விடுதிகளில் அருந்தப்பட்டன. பெரும் பாலான ஆண்கள் பதான் பாணி உடை, தலைப்பாகை அணிந்திருந்தனர். பெண்கள் உச்சந்தலை முதல் உள்ளங்கால் வரை மூடிய கறுப்பு ஆடை அணிந்திருந்தனர். சிலைகள் இல்லையென்பதால் சித்திர எழுத்துக் கலை உச்சத்தை எட்டியிருந்தது.

ஒரு காலத்தில் ரோல்ஸ் ராய்ஸ் கார்கள் ஆஃப்கனிய வீதிகள் ஓடியிருக்கின்றன. திரையரங்குகளில் மேற்கத்தியத் திரைப்படங்கள் வெளியிடப்படிருக்கின்றன. நல்ல சுகாதார மருத்துவ வசதி இருந்திருக்கிறது; பெண்கள் நவநாகரிக உடை அலங்காரங்களுடன் இருந்தார்கள். இதையெல்லாம் இன்று நினைத்துப் பார்க்கவே முடியவில்லை. ஹிப்பி இயக்கம் உச்சத்தில் இருந்த காலகட்டத்தில் ஆஃப்கானிஸ்தான் இளைஞர்களுடைய விருப்பத்துக்குரிய நாடாக

இருந்தது. வரலறென்பது நம் கற்பனைக்கு எட்டாதவகையிலான ஆச்சரியங்களை வழங்கவல்லது.

பல மாதங்கள் நான் ஆஃப்கானிஸ்தனில் இருந்தேன். நான் தேடி வந்த நபரைச் சந்திக்க முடியவில்லை. சோர்வுடன் ஊர் திரும்ப முடிவு செய்தேன். ஆனால், காபூலில் இருந்து திரும்புவதற்கு நான் தயாராகிக் கொண்டிருந்தபோது ஒரு திருப்புமுனை நடந்தது. விதியின் விளையாட்டு என்றுதான் சொல்லவேண்டும். இந்திய தூதர் ஒருவர் நடத்திய தீபாவளி விருந்தில் எதிர்பாராதவிதமாக முனைவர் ஆறுமுகத்தைச் சந்திக்கும் வாய்ப்பு கிடைத்தது! அப்படியாக என்னுடைய இத்தனை நாள் காத்திருப்புக்கு ஒரு பலன் தானாகக் கிடைத்தது.

ரவியைப் பற்றிச் சொல்லும்படி அவரிடம் கேட்டேன். ரவி எங்கு இருக்கிறார்... என்ன செய்கிறார் என்பதைச் சொன்னால்தான் அவரைப் பற்றி ஏதேனும் சொல்வேனென்று முனைவர் ஆறுமுகம் சொன்னார். அமெரிக்க தூதரகத்தில் இருந்த விடுதியில் இரவு முழுவதும் அமர்ந்தபடி பேசினோம்.

அடிப்படையில் டாக்டர் ஆறுமுகம் முகவும் சலிப்பூட்டும் நபராக, எதையும் வெளிப்படையாகப் பேசாதவராக இருந்தார். இரண்டு பெக் சாப்பிட்டதும் ஆளே மாறிவிட்டார். ரவியின் பால்ய காலம், பள்ளிப் படிப்பு, நண்பர்கள், உறவினர்கள் பற்றி அனைத்தையும் மளமளவெனக் கொட்டினார். ஒரு பேனாவும் பேப்பரும் வாங்கிக் கொண்டு ரவியின் குடும்ப வரைபடத்தை வரைந்து அட்டவணை போட்டு அனைத்தையும் விலாவாரியாக விவரித்தார். நான் எதையும் எழுதி எடுத்துக்கொள்ளவேண்டிய அவசியமே இருந்திருக்கவில்லை. அவரே அனைத்தையும் அள்ளிக் கொடுத்துவிட்டார்.

ரவியின் உறவினர்கள், நண்பர்கள், சக பணியாளர்கள் பலருடன் எனக்கு தொடர்பு ஏற்படுத்தியும் கொடுத்தார். ரியாவையும் அவர்தான் அறிமுகப்படுத்தினார். ரவியின் பின்புலம், அவர் என்னவாக ஆனோரோ அதற்கு எது காரணம் என்பவை எல்லாவற்றையும் அந்த ஒரு இரவில் தெரிந்துகொண்டேன்.

5

ரவியின் இளமைக் காலம்

ரவியின் பெற்றோர் இருவரும் ஆசிரியர்கள். ரவி அவர்களுக்கு ஒரே பையன். ஒரு சமூக சேவை நிறுவனம் நடத்திய பள்ளியில் ரவியின் அம்மா ஹிந்தி ஆசிரியையாக இருந்தார். தமிழகத்தில் பள்ளிகளில் ஹிந்தி வகுப்புகள் நிறுத்தப்பட்டதைத் தொடர்ந்து நடுநிலைப் பள்ளிகளில் சமூக அறிவியல் பாடம் கற்பிக்கத் தொடங்கினார். அரசுக் கலைக் கல்லூரியில் ரவியின் அப்பா தமிழாசிரியராகப் பணியாற்றினார். ஓய்வுபெறும் முன் அந்தக் கல்லூரியின் பிரின்சிபலாகவும் ஆனார். திருச்செங்கோட்டைச் சேர்ந்த அவர்கள் சேலத்தில் குடியேறினார்கள். மெட்ராஸ் இன்ஸ்டிடியூட் ஆஃப் சயின்ஸில் ஏரோநாட்டிக்ஸ் பயிற்றுவித்த முனைவர் ஆறுமுகம், ரவியின் அக்காவைத் திருமணம் செய்துகொண்டிருந்தார்.

அம்மா ஆசிரியையாக இருந்த பள்ளியில்தான் ரவி தன் ஆரம்பக் கல்வியைப் பெற்றிருக்கிறார். முதல் வகுப்பு படித்துக் கொண்டிருந்த போது நடந்த சுதந்தர தின விழாவில் காந்தி போல் வேடமணிந்து கொண்டு ஹிந்தியில் மனப்பாடம்செய்த உரையை மேடையில் பேசியது அவருக்கு நன்கு நினைவில் இருந்தது.

இருமொழிக் கல்விக் கொள்கை அமலாக்கப்பட்டதைத் தொடர்ந்து அம்மாவும் மகனும் ஹிந்தியை 'மறக்க' ஆரம்பித்தனர். அவர்களுடைய கறுப்பு வெள்ளைத் தொலைக்காட்சிப் பெட்டியில் ஒளிபரப்பான ராமாயணம், மகாபாரதம் நெடுந்தொடர்களே ஹிந்தியுடனான ஒரே தொடர்பு வழியாக இருந்தன. பிராந்திய மொழிகளில் சேனல்கள்

ஆரம்பிக்கப்பட்டதைத் தொடர்ந்து, ஹிந்தி படங்களைப் பார்ப்பது மட்டுமே ஹிந்தியுடனான ஒரே தொடர்புமுறையாகக் குறைந்தது.

தேசிய அரசியல், மத்திய அ்ரசுப் பணிகள், கிரிக்கெட், தீவிரவாதம் இவை நீங்கலாக பெரும்பாலான இந்திய மாநிலங்களுக்கு புற உலகத் தொடர்பு என்பது பெரிதாக எதுவும் இல்லை என்றே சொல்லலாம்.

ரவியின் அப்பா திராவிடக் கொள்கைகளால் ஈர்க்கப்பட்டவர். பெரியார் ஈ.வெ.ராமசாமி, அண்ணாத்துரை ஆகியோரின் மேடைப் பேச்சுகளை மிகுந்த ஆர்வத்துடன் போய்க்கேட்பது வழக்கம். தமிழ் இலக்கியம், சமூக நீதி, சுய மரியாதை ஆகியவற்றில் மிகுந்த அக்கறை கொண்டவராக இருந்தார். வீட்டில் இருந்த சாமிபடங்கள் அனைத்தையும் அப்புறப்படுத்திவிட்டார். திராவிட இயக்கத்தின் புத்தகங்களால் அவருடைய அலமாரி நிரம்பி வழிந்தது.

சமஸ்கிருதக் கலப்பு நீக்கப்பட்டு தமிழ் மறு ஆக்கம் செய்யப்பட்டது. கெட்ட சகுனம் பார்த்து மோசமான நாள், மாதம் என தேடிப் பிடித்து தன் திருமணத்தை மிக எளிமையாக நடத்தினார். ரவியின் பெற்றோர் முந்தைய தலைமுறையைச் சேர்ந்த சுய மரியாதை இயக்கத் தலைவர்களிடம் ஆசி பெறும் புகைப்படங்கள் அவர்களுடைய வீட்டை அலங்கரித்தன. ரவியின் அம்மா தாலி அணிந்துகொள்ள வில்லை. கடவுள் மறுப்பு என்று ஆரம்பித்த அந்த இயக்கம் கடவுளே இல்லை என்ற எல்லைக்குச் சென்றது. ரவியும் அவருடைய குடும்பத்தினரும் கடவுள், மதம் ஆகியவற்றில் இருந்து முற்றிலும் விலகியே இருந்தனர்.

திருச்செங்கோட்டில் இருந்த தன் தாத்தா பாட்டி வீட்டுக்குப் போகும் நேரங்களில் மட்டுமே ரவிக்கு கடவுள்களுடன் தொடர்பு ஏற்பட்டது. கிராமப்புற எல்லைத் தெய்வங்கள் தீய ஆவிகளிடமிருந்து கிராமத்தைக் காப்பாற்றுபவையாக இருந்தன. அவை குதிரைகளில் ஏறி இரவுகளில் கிராமத்தை வலம் வந்து காப்பாற்றுவதாக நம்பப் பட்டன. திருவிழாக் காலங்களில் உள்ளூர் கலைஞர்களால் களிமண்ணால் சிலைகள் செய்யப்படும். இயற்கைச் சாயங்களினால் அவை அழகாக வண்ணமூட்டப்படும். சிறிது காலத்தில் அந்த களிமண் சிலைகள் கரைந்து அழிந்துவிடும். அதன் பிறகு புதிய மண் சிலைகள் செய்யப்படும்.

விசேஷ நாட்களில் ஆடு, கோழி பலி கொடுக்கப்பட்டு ஊருக்கே விருந்து தரப்படும். பூசாரிகள் என்று தனியாக யாரும் இருக்க மாட்டார்கள். கிராமத்து முதியவர்கள் அனைத்தையும் முன்னின்று நடத்துவார்கள்.

பிராமணர்கள் அல்லாத பூசாரிகளால் நிர்வகிக்கப்பட்ட அம்மன் கோவில்கள் இந்து மதத்தின் நடு அடுக்காக இருந்தன. இப்படியான கோவில்கள் தெருவுக்குத் தெரு இருந்தன. பக்தர்கள் கூட்டம் கூட்டமாக வந்து சிறு சிறு காணிக்கைகள் தந்து வணங்கிச் செல்வார்கள்.

திருச்செங்கோட்டு மலையில் இருப்பதுபோன்ற பெரிய வைணவ, சைவ கோவில்கள் மிகவும் பிரமாண்டமானவையாக இருக்கும். ராஜாக்களாலும் குறு நில மன்னர்களாலும் பல தலைமுறைகளாகக் கட்டி முடிக்கப்பட்ட கோவில்கள் அவை. அதிகார வர்க்கங்களும் செல்வந்தர் குலங்களும் அந்தக் கோவில்களைப் பராமரித்து வந்தன. அந்தக் கோவில்களின் விழாக்கள் மிகவும் பெரிய கொண்டாட்டமாக பிரமாண்டமாக நடக்கும். பிரதான தெய்வம் தேரில் அல்லது சப்பரங்களில் வைக்கப்பட்டு ஊர்வலமாக கொண்டுவரப்படும்.

இந்தப் பெரிய கோவில்களில் முழு நேர பூஜாரிகள் இருப்பார்கள். பிராமணர்களான இவர்களுக்கென்று தனியாக அக்ரஹாரம் அருகில் இருக்கும்.முற்காலத்தில் தேவதாசிகள் என்று அழைக்கப்பட்ட பிரிவினர் இறைத்தொண்டு செய்தபடியும் ஆடல், பாடல் போன்ற கலைகளில் பங்கெடுத்தபடியும் வாழ்ந்து வந்தனர். தேவதாசி முறை முடிவுக்குக் கொண்டுவரப்பட்டதைத் தொடர்ந்து அந்தக் குலம் வழக்கொழிந்து போனது. பூஜாரிகள் குலம் தொடர்ந்து இருந்துவருகிறது.

கோவில்களை அற நிலையத்துறை கையகப்படுத்தியதைத் தொடர்ந்து இந்த பூஜாரிகள் அரசு சம்பளம் பெறும் பணியாளர் களானார்கள். கோவில் நிலங்கள் சூறையாடப்பட்டன. கோவிலுக் கான வருவாய் குறையத் தொடங்கியது. எனவே கோவில்களை நிர்வகிப்பது சிரமாகிப் போனது. பல கோவில்கள் கைவிடப்படும் நிலைக்குப் போயின. எனினும் பெரு நகரங்களில் இருந்த கோவில்களில் பக்தர் கூட்டம் முன்பைவிடப் பெருகத் தொடங்கியது. அந்தக் கோவில்களில் வருமானம் யாரும் நினைத்துப் பார்க்க முடியாத அளவுக்குப் பெருகியது.

அப்படியான பல கோவில்கள் தமது பிரமாண்டத்தைத் தக்கவைத்துக் கொண்டதுடன் மேலும் விரிக்கமும் பெற்றன. அவற்றின் செல்வாக்கும் வெகுவாக அதிகரித்தது.

அதேநேரம் புதிய வழிபாட்டுமுறைகள், புதிய அமைப்புகள், இயக்கங்கள், ஆஸ்ரமங்கள், ஸ்வாமிஜிகள், பெண் ஸ்வாமிஜிகள் உருவாகினர். முந்தைய கோவில்களைவிட மிகப் பெரிய அளவில் பல்வேறு பணிகளைச் செய்யும் பிரமாண்ட அமைப்புகளாக அவை வளர்ந்தன.

ரவி இவற்றையெல்லாம் ஒரு பார்வையாளராக, தள்ளி நின்று பார்த்துவந்தார். தந்தையைப் போல் கடவுள் மறுப்பாளரும் அல்ல; நண்பர்கள், உறவினர்களைப் போல் பக்திமானும் அல்ல. இரண்டுக்கும் இடையிலான பாதையை, அதாவது, அவருடைய அம்மா மிகவும் அமைதியாகப் பின்பற்றிய பாதையைத் தேர்ந் தெடுத்துக்கொண்டார்.

பிரிட்டிஷ் காலத்தில் கான்பூர், லாகூரில் அமைக்கப்பட்டதுபோல் ஒரு விவசாயப் பல்கலைக்கழகம் கோயம்புத்தூரிலும் நிறுவப்பட்டது. ரவி அந்தக் கல்லூரியில் படித்துப் பட்டம் பெற்றார். படிப்பில் மிகுந்த ஆர்வம் கொண்ட ரவி, ஒரு கவிஞர். வாத பிரதிவாதங்களில் ஈடுபாடு கொண்டவர். வகுப்புகளுக்குச் செல்லுதல், தேர்வுகளுக்குத் தயாராதல் நீங்கலாக, தன் நண்பர்களுடன் திரைப்படங்களுக்கு செல்லுதல், உணவு விடுதிகளுக்குச் சென்று கொண்டாடுதல் என கேளிக்கைகளிலும் ஈடுபடுவார்.

ரஜினிகாந்த், கமல்ஹாசன் திரைப்படங்களைப் பார்த்துவிட்டு வந்து மணிக்கணக்கில் அவை பற்றி நண்பர்களுடன் கூடி அமர்ந்து விவாதிப்பார். அந்த நடிகர்களின் நடிப்புத் திறமையில் ஆரம்பித்து அவர்கள் சொல்லும் வசனங்களுக்கான ஆழமான அர்த்தங்கள் வரை அலசுவார்கள். அந்தப் பல்கலைக்கழகம் மத்திய, மாநில அரசுகளின் பல்வேறு உயர் நிலை அதிகாரிகளை உருவாக்கியிருக்கிறது. அந்தச் சாதனையாளர்களின் அறைகள், அவர்களைப் பற்றிய கதைகள் போன்றவை அடுத்ததலைமுறை மாணவர்களின் விருப்பத்துக்குரிய விவாதப் பொருளாக இருக்கும்.

6

சாதனைச் சிகரத்தில் முதல் காலடி

இந்த பூமியிலேயே மிக மிகக் கடுமையான விஷயமென்று ஒன்றைச் சொல்லவேண்டுமென்றால், யூனியன் பப்ளிக் சர்வீஸ் கமிஷன் (யு.பி.எஸ்.சி) நடத்தும் சிவில் சர்வீஸ் தேர்வுகளைக் கண்ணை மூடிக் கொண்டு சொல்லலாம். அவ்வளவு கடினம்... கஷ்டம்! அனைத்து பாடப் பிரிவுகளிலும் அபாரமான ஆழமான விரிவான அறிவு தேவைப்படும். அதோடு மிகப் பெரிய அதிர்ஷ்டமும் தேவைப்படும். தேர்வுகளில் வெற்றிபெற எல்லாவற்றிலும் அசாதாரணமான திறமை இருந்தால் மட்டும் போதாது. பார்ப்பதற்கு மனதுக்கு இனியவராக கம்பீரமாகவும் இருக்கவேண்டும். சிலர் இரவு பகல் பாராமல் விழுந்து விழுந்து படிப்பார்கள்; புற உலகில் இருந்து முற்றிலும் தம்மைத் துண்டித்துக்கொள்வார்கள். விளையாட்டு, கேளிக்கை என அனைத்திலிருந்தும் தம்மைத் துண்டித்துக்கொள்வார்கள். சிலரோ அதை மிகவும் வேடிக்கையாக ஏதோ பொழுதுபோக்கு அம்சம் போல் விளையாட்டாக முயற்சி செய்வார்கள்.

தனது யு.பி.எஸ்.சி. தேர்வில் விவசாயத்தை பிரதான துறையாகவும் தமிழ் இலக்கியத்தை விருப்பப் பாடமாகவும் எடுத்துக்கொண்டார் ரவி. வேறு வேலைக்கு முயற்சி செய்யலாமே... இதெல்லாம் ரொம்பவே கடினமானது என்று பிறர் ஆலோசனை எதுவும் சொல்வதற்கு முன்பாகவே ரவி அந்தப் பரீட்சையில் அகில இந்திய அளவில் 14வது இடத்தைப் பெற்று அபார வெற்றி பெற்று விட்டிருந்தார். அப்போது அவருக்கு வயது வெறும் 22 தான்!

பிராந்திய மொழி பத்திரிகைகளில் ரவி ஹீரோவாகப் போற்றப் பட்டார். எங்கு பார்த்தாலும் அவரைப் பற்றியே பேச்சு... திருப்பிய புத்தகங்களில் எல்லாம் அவருடைய புகைப்படமே. அவர் சென்ற இடங்களிலெல்லாம் மாணவர்கள் அவரை பெரும் ஆச்சரியத்துடன் பார்த்தனர். உறவினர்கள், நண்பர்களெல்லாம் அவரை தமது வீட்டுக்கு அழைத்து மகிழ்ந்தனர். தமது குழந்தைகளுக்கு தன்னம்பிக்கை ஊட்டச் சொல்லிக் கேட்டுக்கொண்டனர்.

'காம்படிஷன் சக்சஸ் ரிவ்யூ' ரவியைப் பற்றி ஒரு செய்திக் கட்டுரை வெளியிட்டது. உள்ளூரில் இருந்த அனைத்து சிவில் சர்வீஸ் பயிற்சி மையங்களும் அவருடைய வெற்றியில் தமக்கும் பங்கு உண்டு என்று உரிமை கொண்டாடின. தமது பயிற்சி மையத்துக்கு அவரை வரவழைத்து மாணவர்களுடன் கலந்துரையாடச் செய்தன.

ஒருவழியாக ரவி தனது ஊரான சேலத்தில் இருந்து வெகு தொலைவில் இருந்த முசௌரியில் பணிபுரியப் புறப்பட்டார். ஊரை விட்டு அவர் மேற்கொள்ளும் முதல் நீண்ட பயணம்.

7

பெரு மரத்தின் நாற்றங்கால்

லால்பகதூர் சாஸ்திரி தேசிய நிர்வாகவியல் கழகம் மிகச் சிறந்த சாதனையாளர்களின் சங்கமமாக இருக்கிறது. இங்கு பயிற்சி பெற வரும் நபர்கள் பல்வேறு மாநிலங்களில் இருந்து பல்வேறு வர்க்க, சமூகப் பின்னணியில் இருந்து வந்திருப்பார்கள். அதில் பெரும் பாலானவர்கள் ஐ.ஐ.டி.யில் இருந்து வந்த பொறியியலாளர் களாகவே இருப்பார்கள். பத்து பன்னிரண்டு மருத்துவர்கள், சார்டர்ட் அக்கவுண்டண்ட்கள், ராணுவ அதிகாரிகள், ஆந்த்ரபாலஜிஸ்ட்கள் இருப்பார்கள்.

அதில் பலர் அவரவர் மாநில கல்வி மையம், பல்கலைக்கழகங்களில் முதலிடம் பெற்றவர்களாக இருப்பார்கள். ரோட்ஸ் மாணவர் (ஆக்ஸ்ஃபோர்ட்) ஒருவர்கூட இங்கு பயிற்சிக்கு வந்திருக்கிறார். கல்விப் புலம் நீங்கலாக பிற துறைகளில் சாதனை படைத்தவர்களும் இங்கு பயிற்சிக்கு வந்ததுண்டு. கிரிக்கெட், செஸ், பில்லியர்ட்ஸ், குதிரையேற்றம், ஸ்க்வாஷ், டென்னிஸ் போன்ற விளையாட்டுகளில் மாநில, தேசிய அளவில் விளையாடிய வீரர்களும் இங்கு பயிற்சிக்கு வந்ததுண்டு.

ஆரம்பத்தில் இந்தப் பயிற்சி மாணவர்கள் தத்தமது மொழி பேசும் நண்பர்களுடன் குழுக்களாக இருப்பார்கள். அதன் பிறகு பொதுவான விருப்பங்கள் சார்ந்து அந்த நட்பு விரிவடையும். அதன் பிறகு அனைவருடனான ஆழமான நட்பாக அது பரிணமிக்கும். சர்வ தேசப் புகழ் பெற்ற திரைப்படங்கள், ஆவணப்படங்களைத் திரையிடும்

திரைப்பட குழுவின் தலைவராக ரவி இருந்தார். மெள்ள பேட்மிண்டன் விளையாட ஆரம்பித்து அதில் நன்கு விளையாடும் திறமையும் பெற்றார்.

ஆனால், நிஜ வாழ்வில் இந்த கல்வி மையத்தில் இருந்து வெளிவரும் சாதனையாளர்கள் குறிவைத்துத் தாக்கப்படுவதும் வெறுக்கப் படுவதும் உண்டு. சீர்திருத்தம் என்ற பெயரில் இந்தத் தேர்வு முறையானது பல மாறுதல்களுக்கு உட்படுத்தப்படுவதுண்டு. கேடர் அலாட்மெண்ட், பணி நியமனம், பதவி உயர்வுகள், பயிற்சி முறைகள் என ஏற்கெனவே அதி சிறப்பாகச் செயல்படும் இந்த அமைப்பில் பல்வேறு மாற்றங்கள் செய்துகொண்டே இருப்பார்கள்.

வலுவான பொது உலகப் பரிச்சயம், திறமை மேம்பாடு இவைதான் தேவையே தவிர அடிக்கடி சீர்திருத்தம் என்ற பெயரில் எதையாவது மாற்றிக்கொண்டே இருப்பது அல்ல. இந்தக் கல்வி மையத்தில் காட்டிய அக்கறையை வேறு பழம் பெரும் நிறுவனங்களைச் சீர்திருத்துவதில் காட்டியிருந்தால் எவ்வளவோ நன்மைகள் நாட்டுக்குக் கிடைத்திருக்கும்.

ரவி மிகவும் கூச்ச சுபாவம் கொண்டவராக இருந்தார். பயிற்சிக்கு வந்த பெண் அதிகாரிகள் எல்லாருமே வயதானவர்கள்; அவரைவிட பொறுப்பும் பக்குவமும் நிறைந்தவர்கள். எனவே, காதல் போன்றவற்றுக்கும் எந்த வாய்ப்பும் இல்லை. அந்தக் கல்வி மையம் ஹிந்தி பேசும் மாநிலத்தில் இருந்ததால் ஹிந்தியில் பேச அவர் கொஞ்சம் சிரமப்பட்டார். கவிதைகள், ஜென் தத்துவம் ஆகியவற்றில் ஈடுபாடு காட்டினார். ஆசிரியர்கள் ஹிந்தியில் பேச ஆரம்பிக்கும் போது ரவி பாட்டுக்கு கவிதைகள் எழுதத் தொடங்கிவிடுவார்.

மணிப்பூரில் பணி நியமனம் பெற்றார் ரவி. ஏழைகளின் வாழ்க்கை முன்னேற்றத்துக்காக இளம் அதிகாரியான ரவி பல்வேறு நடவடிக்கை களை முன்னெடுத்தார். மிகவும் துணிச்சலானவரும்கூட. நான் கணஷ்யாமைச் சந்தித்து ரவி தன்னுடைய பணியின் ஆரம்ப காலத்தில் என்னவெல்லாம் செய்தார் என்பதைத் தெரிந்துகொள்ள விரும்பினேன்.

8

கடந்த காலத்தில் இருந்து ஒரு குரல்

மணிப்பூரில் ரவிக்கு உதவியாளராக இருந்தார் பீம் சிங். அரசு பங்களாவின் மீது தீவிரவாதிகள் மேற்கொண்ட ஒரு தாக்குதலில் அவரும், துணை நீதியரசி ஒருவரும் உயிர் இழந்தனர். அவுட் ஹவுஸில் இருந்தவர்களை மட்டும் உயிருடன்விட்டனர். அலுவலகத்தில் இருந்தவர்களைக் கொன்றுவிட்டனர். இந்தத் தாக்குதல் பெரும் அமளியைக் கிளப்பியது. வடகிழக்கு மாநிலங்களில் பெண் அதிகாரிகளை நியமிக்கவேண்டாம் என்று முடிவெடுக்கப்பட்டது. அரசுத் தரப்பில் கடுமையான பதிலடி தரப்பட்டது. அந்த அரசு மாளிகை யாரும் வசிக்காமல் கைவிடப்பட்டது.

பீம் சிங்கின் மகன் கணஷ்யாமுக்குக் கருணை அடிப்படையில் சப் இன்ஸ்பெக்டர் பதவி தரப்பட்டது. அவர் திறம்படப் பணியாற்றி டி.எஸ்.பி. ஆக உயர்ந்தார். பீம் சிங் அனைத்து அதிகாரிகளுடனும் விசுவாசமாக நடந்துகொண்டார் என்றாலும் ரவியுடன் மிகுந்த அன்பும் மரியாதையும் கொண்டிருந்தார். எப்போதும் ரவியைப் பற்றியே பேசுவாராம். கணஷ்யாமிடமிருந்து ரவியின் பதவிக் கால அனுபவங்கள் பற்றி நிறையத் தெரிந்துகொண்டேன். ரவியின் மனைவி தாராவின் பெற்றோர் இறந்துவிட்டதையும் அவருடைய ஒரே சகோதரி ரியா அமெரிக்காவில் வசிப்பதையும் தெரிந்து கொண்டேன். மணிப்பூரில் ரவிக்கு மிகவும் தெரிந்தவர்கள் பலரைப் பற்றியும் கணஷ்யாம் மூலம் தெரிந்துகொண்டேன்.

9

பரந்து விரிந்த வெறுமையைத் தழுவுதல்

ரவிக்கு மணிப்பூர் திரிபுரா கேடர் பொறுப்பு வழங்கப்பட்டது. அவர் மனம் உடைந்துபோனார். தனது மனதுக்கு நெருக்கமான மக்களுக்கு சேவை செய்யவேண்டும் என்ற ரவியின் கனவுகள் உடைந்துபோயின. தனது பால்ய காலமும் இளமைப் பருவமும் கழிந்த பகுதியில் இருந்து முற்றிலும் மாறுபட்ட இடத்தில் வாழ்நாள் முழுவதும் பணி புரிந்தாக வேண்டும். தனது சொந்த ஊரில் இருந்து வெகு தொலைவில் இருக்கும் பகுதி பற்றியும் அங்கு வாழும் மக்கள், வாழ்க்கை முறை பற்றியெல்லாம் கற்றுக்கொள்ளவேண்டியிருந்தது. இந்தியாவின் ஒரு பகுதிதான் என்றாலும் அந்தப் பகுதியுடன் எந்தவித முன் பரிச்சயமும் இருந்திருக்கவில்லை.

தன் மீது எதிர்பாராதவிதமாகத் திணிக்கப்பட்ட இந்த விஷயத்தில் இருந்து ரவி தப்பிக்க விரும்பினார். எதிர்பார்த்ததைவிட அதிக சிரமங்களை அவர் எதிர்கொள்ள நேர்ந்தது. ரவிக்கு ஹிந்தியே புரிந்துகொள்ள மிகவும் சிரமமாக இருந்தது. மணிப்புரி மொழியோ அதையும் விட சுத்தமாக எதுவுமே தெரிந்திருக்கவில்லை. அங்கு இருந்தவர்களில் பலருக்கு ஆங்கிலம் தெரிந்திருக்கவில்லை. அதோடு அந்தப் பகுதியில் அரச நிர்வாகம் முடங்கிப் போயிருந்தது. தீவிரவாதத்தின் பிடியில் இருந்த அந்தப் பகுதி மக்கள் மட்டுமல்ல பாதுகாப்பு மிகுந்த அரசுப் பணியாளர்களுமே பெரும் அபாயத்தில்தான் இருந்தனர்.

ஜிரிபாம் மாவட்டத்தின் துணை மண்டலத்தில் ரவி நியமிக்கப் பட்டிருந்தார். அந்தப் பகுதி மிகவும் சிரமமான, எளிதில் சென்று சேர

முடியாததாக இருந்தது. உள்ளூர் மணிப்புரி அதிகாரிகளே அங்கு வேலைக்குச் செல்லப் பயந்துகொண்டிருந்தனர்.

மலை உச்சியில் ரவிக்கு வீடு வழங்கப்பட்டிருந்தது. அவருடைய வீட்டுக்குப் பக்கத்தில் காவல்துறை துணை ஆய்வாளரின் வீடு இருந்தது. துணை ஆய்வாளரின் குடும்பத்தினரோ கூடுதல் வசதி வாய்ப்புகளும் பாதுகாப்பும் மிகுந்த தலைநகர் இம்பாலில் வசித்தனர். வீட்டுக்குக் காவலுக்கு வந்தவர்கள் சுழற்சி முறையில் பணிபுரிந்தனர். அவர்களுடைய மொழி ரவிக்குத் தெரியாது. ரவியின் மொழி அவர்களுக்குப் புரியாது. வெறுமனே வணக்கம் தெரிவிப்பார்கள். அதுமட்டுமே ரவிக்கும் அவர்களுக்கும் இடையிலான தகவல் பரிமாற்றமாக இருந்தது!

முன்னாள் ராணுவப் பணியாளரான பீம் சிங் தன் குடும்பத்துடன் ரவியுடைய பங்களாவின் அவுட் ஹவுஸில் வசித்ததாக அவருடைய மகன் கணஷ்யாம் சொல்லியிருந்தார். சமையல் வேலை, வீடு சுத்தம் செய்தல், துணிகளைத் துவைத்து அயர்ன் செய்தல், தோட்டத்தைப் பராமரித்தல் என எல்லா வேலைகளையும் பீம் சிங் செய்து வந்திருக்கிறார். ரவி தன் காலணிகளுக்கு பாலிஷ் போட மட்டும் பீம் சிங்கை அனுமதித்திருக்கவில்லை. ரவிக்கு ஹிந்தி, மணிப்புரி மொழியைக் கற்றுத் தந்திருக்கிறார். அதோடு உள்ளூர் கலவர நிலை, அரசியல் குறித்தெல்லாம் புரிய வைத்திருக்கிறார்.

துணை டிவிஷனல் அதிகாரிதான் களத்தில் அரசாங்கத்தின் முகமாக இருப்பவர். வருவாய், வளர்ச்சிப் பணிகள், சட்ட ஒழுங்குப் பராமரிப்பு, சமூக நலத்திட்டங்கள் இவை நீங்கலாக மணிப்பூரில் அந்த அதிகாரி நீதி சார்ந்த விஷயங்களையும் கவனித்தாக வேண்டியிருந்தது. சாலை வசதிகள், நீர்ப்பாசனம், சுரங்கங்கள், உள்கட்டுமானப் பணிகள், திரையரங்கங்கள், பள்ளிகள், நியாயவிலைக் கடைகள், மருத்துவமனைகள், விவசாயப் பணிகள் என எல்லாவற்றையும் மேற்பார்வையிட்டு நிர்வகிக்கும் நோக்கில் தொலைதூரத்தில் இருந்த கிராமங்களுக்கெல்லாம் ரவி அடிக்கடிச் சென்றுவந்தார்.

அரசு நிலங்களில் இருந்த ஆக்கிரமிப்புகளை அகற்றினார். நிலங்களைச் சீர்திருத்தினார். அரசு மற்றும் தனியார் நிலங்கள், சொத்துகளை ஆய்வுசெய்து முறைப்படுத்தினார். கல்வி முகாம்கள், மருத்துவ முகாம்கள் நடத்தினார். மோதல்கள், வழக்குகளைத் தீர்த்து வைத்தார். அங்கு வந்து செல்லும் அரசு அதிகாரிகளை வரவேற்று ப்ரோடோகால் மரியாதைகள் செய்தல், உயர் அதிகாரிகளுடன் ஆய்வுகள், கூட்டங்கள் நடத்த உடன் செல்லுதல், மாவட்ட தலைமையகத்துக்குச் சென்று அறிக்கைகள் சமர்ப்பித்தல் போன்றவற்றைச் செய்தார்.

கலவரக்காரர்களுடன் அமைதிப் பேச்சுவார்த்தைகள் நடத்தினார். இயல்பு வாழ்க்கைக்குத் திரும்ப விரும்பிய தீவிரவாதிகளுக்குத் தேவையான வசதிகள் செய்துகொடுத்தார். மக்கள்தொகைக் கணக்கெடுப்பு, தேர்தல் பணிகள் ஆகியவற்றைத் திறம்பட நடத்தினார். காவல்துறைகளின் அத்துமீறல்களை விசாரித்து ஒழுங்குபடுத்தினார். வாராவாரம் வழக்குகளை விசாரித்து சிறிய குற்றங்களுக்கு தண்டனைகள் வழங்கினார்.

பல்வேறு ஆய்வுக்கூட்டங்கள் நடத்தினார். பல்வேறு ஆய்வுக் குழுக்கள், போர்டுகளின் தலைவராக இருந்தார். அங்கு நடைபெற்ற அரசு விழாக்கள், பள்ளி விழாக்கள், உள்ளூர் திருமணங்கள், என்.சி.சி. விழாக்கள், கலாசார விழாக்கள், விளையாட்டுப் போட்டிகள் என எது நடந்தாலும் சிறப்பு விருந்தினராக ரவியே அழைக்கப்பட்டார். இந்தப் பரபரப்புகள் எல்லாம் முடிந்து வீடு திரும்பினால் அந்த பிரமாண்ட வீட்டில் இருந்த மாபெரும் தனிமையும் பரந்து விரிந்த வானமும் மயான அமைதியுமே அவரை வரவேற்றது. பீம் சிங் மட்டுமே அங்கு அவருக்கு ஆறுதலாக இருந்தார்.

ஐ.ஐ.டி.யில் படித்திருந்த முன்னாள் அதிகாரி அந்த வீட்டின் மொட்டை மாடியில் ஒரு சக்தி வாய்ந்த டெலஸ்கோப்பை நிறுவியிருந்தார். ரவி அங்கு சென்று வானத்தை ஆராய்ந்தபடியே இரவுகளைக் கழிப்பார். பார்க்கப் பார்க்க நட்சத்திரங்களின் வடிவம், அமைப்பு, அழகு எல்லாம் ரவியைக் கவர்ந்து இழுத்துவிட்டன. வான் ஆராய்ச்சியாளரைப்போல் டெலஸ்கோப்பைத் திறம்படப் பயன்படுத்தி நட்சத்திரங்கள் பற்றி நிறையத் தெரிந்துகொண்டார். பால்வீதிமண்டலம், கிரகங்கள், நட்சத்திரங்கள், செயற்கைக் கோள்கள், விண்கற்கள், இரவு வானின் மாயா ஜாலங்கள் என அனைத்தையும் ரசித்து மகிழ்ந்தார்.

சில நாட்கள் நேரம் போவதே தெரியாமல் இரவு உணவைக்கூட தவிர்த்துவிட்டு வானத்தையே டெலஸ்கோப்பில் பார்த்து ரசித்த வண்ணம் இருந்துவிடுவார். சாப்பிடவில்லையே என்பது நினைவுக்கு வந்ததும் நள்ளிரவில் கீழே இறங்கிச் செல்வார். அங்கு சமையலறையில் பீம்சிங் அரைத் தூக்கத்துடன் இவருக்கான உணவுடன் காத்துக் கொண்டிருப்பார். ரவிக்கு உணவு பரிமாறிவிட்டு பாத்திரங்களை அலம்பிவைத்துவிட்டுப் போகவேண்டுமே. ரவிக்கு இதைப் பார்த்ததும் கோபம் வரும். இரவு உணவுக்கான நேரம் முடிந்துவிட்டால் நீங்கள் பாட்டுக்கு அவுட் ஹவுஸுக்குச் சென்று சாப்பிட்டுவிட்டுத் தூங்கவேண்டியதுதானே என்று செல்லமாகக் கடிந்துகொள்வார். ஆனால், பீம் சிங்கோ அதைப் பொருட்படுத்தாமல் ஒரு தாய் தன் மகனைக் கவனித்துக்கொள்வதுபோல் அருகில் இருந்து

பரிமாறிவிட்டு சாப்பிட்டு முடித்த பாத்திரங்களை கழுவிவைத்து விட்டே போவார்.

விடுமுறை நாட்களில் நேரமே போகாது. ரவி புத்தகங்களை எடுத்து வைத்துக்கொண்டு படிக்க உட்காருவார். தத்துவம், ஆன்மிகம், வானவியல், ஜோதிடம், புராணவியல், பொருளாதாரம், மானுடவியல், பொது நிர்வாகம், லைஃப் சயின்சஸ், கானகவியல் என உள்ளூர் நூலகத்தில் எது கிடைத்தாலும் எடுத்துப் படிப்பார். பூமி உருவான விதம், பரிணாம வளர்ச்சி ஆகியவை ரவிக்கு மிகவும் ஆர்வத்துக்கு உரியவையாக இருந்தன.

அங்கு நியமிக்கபபட்டிருந்த ஒரு வனத்துறை அதிகாரியுடன் ரவி நண்பரானார். அவருடன் சேர்ந்துகொண்டு கானகத்துக்குள் சாகசப் பயணம் மேற்கொண்டு புதிய தாவரங்கள், விலங்குகளைப் பார்த்து மகிழ்ந்தார். அந்த வன இலாகா அதிகாரியுடனான நட்பின் மூலம் அந்தப் பிராந்தியத்தில் இருந்த பறவைகள், பூச்சிகள், வண்டுகள், தாவரங்கள், மலர்கள், புற்கள் இவற்றின் தாவரவியல் பெயர் உட்பட அனைத்தையும் தெரிந்துகொண்டார்.

வன இலாகா பணியாளர்கள், காவலர்கள் ஆகியோருடன் சேர்ந்து போதிய உணவு, பிற பாதுகாப்பு கருவிகளை எடுத்துக்கொண்டு கானகத்துக்குள் இன்பச் சுற்றுலா சென்று வருவதும் வழக்கம். வார இறுதி நாட்களில் கானகத்துக்குள் சென்று அங்கேயே இரவில் முகாமிட்டுத் தங்குவது, பக்கத்து மலை உச்சிகளுக்குச் செல்வது என்று நேரத்தைக் கழிப்பார். அப்படியாகத் தனிமையை விரட்ட ரவி கண்டுபிடித்த வழிகள் அவருக்குப் பெரும் உற்சாகத்தைத் தருவதாக இருந்தன.

10

வேரற்ற, பெயரற்ற, முகமற்றவரின் கடின உழைப்பு

சப் டிவிஷனல் அதிகாரிக்கு ஓய்வே இல்லை. ஒன்றன் மேல் ஒன்றாக விழாக்கள், கூட்டங்கள் வந்தவண்ணம் இருக்கின்றன. ஒரு பிரச்னை தீர்வதற்குள் அடுத்த பிரச்னை வந்து நின்றது. ஒரு இலக்கை அடைந்ததும் அடுத்த இலக்கு நோக்கிப் பயணிக்கவேண்டியிருந்தது. ஆண்டுக்கு பதினைந்து நாள் மட்டுமே விடுமுறை எடுக்க முடிந்தது. ரவி பொதுவாக பொங்கல் திருநாளை ஒட்டி அந்த விடுப்பை எடுத்துக்கொள்வார். அந்நாட்களில் விமானப் பயணத்துக்கு அதிக செலவாகும் என்பதால் ரவியைப் போன்ற அதிகாரிகளுக்கு அவ்வளவு தொகையைச் செலவிட முடியாது. எனவே அவர் ரயிலில்தான் ஊருக்குத் திரும்புவார். அந்தப் பயணமே விடுமுறையில் மூன்றில் ஒரு பங்கு நாளை எடுத்துக்கொண்டுவிடும்.

சேலத்துக்கு வந்தால் நண்பர்கள், உறவினர்களைச் சந்திப்பதிலேயே பெரும்பாலான நேரம் கழியும். ரவிக்கு அவருடைய பெற்றோர் பெண் பார்த்து வைத்திருப்பார்கள். அவர்களுடைய வீடுகளுக்குச் சென்று வருவதும் நடக்கும். மாவட்ட கலெக்டர் என்றால் மிகப் பெரிய பங்களாவில், மிகப் பெரிய அதிகாரத்துடன் ஏகப்பட்ட வசதி வாய்ப்புகளுடன் வசிப்பார் என்ற நம்பிக்கை இருந்ததால் ரவியைத் தேடி பெண்ணைப் பெற்றவர்கள் வரிசையில் வந்து நின்றார்கள். ரவிக்கு மணிப்பூரில் அதிக காலம் இருக்க வேண்டியிருக்காது என்றே பலரும் நினைத்தார்கள். ஆனால், ரவிக்கு தன்னால் சேலத்துக்கோ

தமிழ் நாட்டுக்கோ கலெக்டராக வரமுடியாமலே போகலாம்; தன் மனைவியும் தன்னைப் போலவே தனிமையில், எளிதில் வந்துபோக முடியாத ஊரில் மிகவும் கஷ்டப்படவேண்டியிருக்கும் என்பது தெரியும். பெற்றோரையும் உற்றார் உறவினர்களையும் நண்பர்களையும் பிரிந்து தன்னைப் போலவே தன் மனைவியும் வேதனையை அனுபவிக்கவேண்டாம் என்று ரவி நினைத்தார்.

காலப்போக்கில் மாவட்ட தலைமையகத்துக்கு துணை கலெக்டராகப் பதவி உயர்வு பெற்று பின்னர் அங்கேயே மாவட்ட கலெக்டராவும் ஆனார். பதவு உயர்வுகளோடு பொறுப்புகளும் கூடின. உள்நாட்டுக் கலவரம் வேறு உச்சத்தை எட்டியிருந்தது. தனது பயணங்கள் பற்றி எந்தவித தகவலும் வெளியே கசியாவண்ணம், மிகுந்த பாதுகாப்புடன் வலம் வரத் தொடங்கினார். அரசாங்கத்தின் உயர் அதிகாரிகளை, கலகக்காரர்கள் குறிவைத்துத் தாக்குவது வழக்கம் என்பதால் ரவியால் சுதந்தரமாக முன்பு போல் வெளியே போய்வரமுடியவில்லை. பலமுறை ரவி செல்லும் வாகனம் தாக்குதலுக்கு ஆளாகியிருக்கிறது. துப்பாக்கிச் சூட்டினால் பாதுகாவலர்கள் தரப்பிலும் கலகக்காரர்கள் தரப்பிலும் உயிர் இழப்புகள் ஏற்பட்டிருக்கின்றன. ர

விக்கு பாதுகாப்பு அதிகரிக்கப்பட்டது. எனினும் அவர் தன் அன்றாடப் பணிகளை, அரசாங்கக் கடமைகளை ஒருநாளும் குறைத்துக் கொண்டதில்லை. வழக்கம் போலவே மக்களைச் சென்று சந்தித்தல், அதிகாரிகள், அரசியல்வாதிகளைச் சென்று சந்தித்தல் என தன் கடமையைச் சிறப்பாகச் செய்துவந்தார். தனது உயிருக்கு ஆபத்து ஏற்படக்கூடிய நெருக்கடியான இடத்தில் இருந்தபோதிலும் மக்கள் பணியைத் தொடர்ந்து செய்துவந்தார். தனது ஆசைகளைக் குறைத்துக்கொண்டார். நிர்வாக அமைப்பில் பெரிய மாற்றமோ புதுமையோ செய்யமுடியாத நிலையை சகித்துக்கொண்டு தொடர்ந்தார். அந்த அத்துவானப் பகுதியில் ரவி தொடர்ந்து இருந்ததற்கு ஒரே காரணம் தன்னிடம் கொடுக்கப்பட்ட பணியைத் திறம்படச் செய்ய வேண்டும் என்ற அவருடைய அர்ப்பண உணர்வு மட்டுமே.

ரவியின் பெற்றோர் சேலத்தில் இருந்த வீட்டை விற்றுவிட்டு மகளுடன் வசிக்க சென்னைக்குக் குடியேறியிருந்தனர். சென்னையில் மருத்து வசதிகள் அதிகம் இருந்தன. முதுமையை எட்டியிருந்த அவர்களுக்கு அது மிகவும் தேவையாக இருந்தது. மகள் வீட்டில் இருந்துகொண்டு பேரக் குழந்தைகளைக் கொஞ்சியபடியும் எஞ்சிய நேரத்தை டாக்டர்களைச் சென்று சந்திப்பதிலும் கழித்தனர். அவர்கள் மணிப்பூருக்கு ஒரு தடவைகூட போய்வரவில்லை.

வடகிழக்கு மாநிலங்களின் முகமாக தாத்தாவை வடிவமைப்பதில் ரவியின் பங்கு மிக மிக முக்கியமானது. தாத்தாவின் கிராமத்துக்கு ஓரிரு தடவை போய்வந்தார். தாத்தாவால் நட்டுப் பராமரிக்கப்படும் ஒவ்வொரு மரத்தையும் முறையாக எண்ணிப் பதிவு செய்வதற்கான ஏற்பாட்டை ரவி செய்தார். தாத்தாவைச் சந்திக்க வந்த பலருக்கும் அதற்கான பாதுகாப்பு ஏற்பாடுகளை ரவியே செய்துகொடுத்தார். மெள்ள தாத்தாவுடன் ரவிக்கு நெருங்கிய பாசம் ஏற்பட்டது.

சுற்றுச்சூழலைப் பாதுகாப்பதில் தாத்தாவில் தன்னலமற்ற அர்ப்பண உணர்வு மிகுந்த சேவை ரவியை வியப்பில் ஆழ்த்தியது. தாத்தா யாரிடமும் எந்தவித உதவியையும் கேட்டதே இல்லை. தனி மனிதரால் என்னவெல்லாம் சாதிக்க முடியும்; எல்லாவற்றுக்கும் அரசு என்பது தேவையே இல்லை என்பதை தாத்தா ரவிக்குப் புரியவைத்தார். பெரும்பாலான பிரச்னைகளுக்கு அரசாங்கத்தின் உதவி தேவையே இல்லை. இன்னும் சொல்லப்போனால் அதுவே ஒரு தடையாகவேகூட இருக்கும். தனி நபர்களும் சமூகமும் நியாயமான லட்சியத்துடன் உத்வேகத்துடன் செயல்படுவார்கள் என்றால் அரசாங்கத்தைக் கொஞ்சம் ஓரமாகத் தள்ளியே வைத்துவிடலாம்.

நீண்ட விடுமுறைகள் கிடைக்கும்போது ரவி தமிழர்கள் வாழும் பகுதிக்குச் சென்று வரத் தொடங்கினார். மனம் மிகவும் சோர்ந்து போகும் நேரங்களில் தாத்தாவைச் சென்று சந்திப்பார். தாத்தாவின் சேவைகள் ரவியைப் பெரிதும் உற்சாகப்படுத்தின. அதோடு தாய்மொழியில் பேசும் வாய்ப்பும் அவரைச் சந்திக்கும்போது கிடைத்தது. ரவி அவரைச் சென்று சந்திக்கும் நாட்களில் எல்லாம் தலை வாழை இலைபோட்டு வடை பாயாசத்துடன் தாத்தா அவருக்கு தமிழ் விருந்து தருவது வழக்கம். அந்த அத்துவானக் காட்டில் தாத்தாவும் அவருடைய குலமும் ரவியின் உறவினர் ஆகினர்.

ரவியின் இன்னொரு முகம் பற்றி எனக்குத் தெரிந்தாகவேண்டி யிருந்தது. அவர் மிகவும் நுண்ணுணர்வு கொண்டவர். கொஞ்சம் ரொமாண்டிக்கானவரும் கூட. அவருடைய இந்த உலகத்தைப் பற்றித் தெரிந்துகொள்ள நான் ரியாவைத் தொடர்புகொள்ள முடிவு செய்தேன்.

11

டிஜிட்டல் நாடோடிகள்

ரியாவைப் பற்றிய தகவல் கிடைக்க அலுமினி அசோஷியேஷன் களுடன் தொடர்பு கொள்ளவேண்டியிருந்தது. அந்த அமைப்புகள் பொதுவாக தகவல்களை எளிதில் யாருக்கும் தந்துவிடுவல்லை. மிகுந்த சிரமத்துக்குப் பிறகு ரியா மங்கோலியாவில் இருப்பது தெரியவந்தது. அவர் கோவாட் எனப்படும் மிகப் பெரிய நகரத்தில் இருந்தார். தலைநகரான உலான்பதாரில் மூன்று நாட்கள் தங்கவேண்டியிருந்தது. அதற்கு எனக்கு ஏகப்பட்ட பணம் செலவிட வேண்டிவந்தது. ஆனால் நான் அங்கு போயிருந்தபோது ரியா தன் துணைவருடன் கோபி பாலைவனத்தில் நீண்ட நெடும் பயணம் மேற்கொள்ளப்போயிருந்தார்.

வேறு வழியின்றி ஒரு வழிகாட்டி ஒருவரை நியமித்துக்கொண்டு அவர்களை அங்கு சென்று கண்டுபிடிக்க முடிவுசெய்தேன். ஒரு வாகனத்தை எடுத்துக்கொண்டு விரைந்து செல்ல முடிவுசெய்தோம். அங்கு நாங்கள் வட்ட வடிவ ஜெர் கூடாரம் ஒன்றில் தங்கினோம். அந்தக் கூடாரத்துக்கு உரிமையாளர்கள் எங்களிடம் இருந்து வாடகை பெற்றுக்கொள்ள மிகவும் தயங்கினார்கள்.

அங்கிருந்த மங்கோல்கள் திபெத்திய புத்தமதத்தைப் பின்பற்றினார் கள். இந்தியா புத்தர் பிறந்த பூமி என்பதாலும் வாழும் தெய்வமான தலாய் லாமாவுக்கு இந்தியா ஆதரவாக இருப்பதாலும் இந்தியர்களை அவர்கள் மிகவும் மதித்தனர்.

நான் சைவ உணவுப் பழக்கம் கொண்டவன்தான். ஆனால், பால் பொருட்களை உண்பதுண்டு. அவற்றையும் தவிர்க்கும் அளவுக்கு தீவிர சைவ உணவுப் பழக்கம் கொண்டவன் கிடையாது. எனவே நல்லவேளையாக எனக்கு அங்கு போதிய உணவு கிடைத்தது. மங்கோல்கள் யாக் வகை எருமையின் மாமிசம், பால், தயிர் போன்றவற்றை விரும்பி உண்பார்கள். எனக்கு யாக் தயிர், சீஸ் ஆகியவற்றைத் தந்தனர். பாலை நொதிக்கச் செய்து தயாரிக்கப்பட்ட மதுபானமான குமீஸ் நிறையக் குடித்தேன். அதற்கு முன்புவரை நான் அதைப் பருகியதே இல்லை. யாக் தோல் பாயில் யாக் போர்வை போர்த்தியபடி அன்று இரவில் தூங்கினோம்.

மங்கோலியாவில் கம்யூனிஸம் வீழ்த்தப்பட்டதைத் தொடர்ந்து மங்கோலிய மா மன்னன் செங்கிஸ்கான் அவர்களுடைய அடையாள மாகவும் பெருமிதமாகவும் மீண்டும் ஆனார். செங்கிஸ்கான் ஒரு காலத்தில் ஐரோப்பாவும் ஆசியாவின் பெரும்பகுதிகளையும் உள்ளடக்கிய மாபெரும் சாம்ராஜ்ஜியத்தை ஆண்டார். அங்கு சாக்லேட்கள், பிஸ்கட்கள், செய்தித்தாள்கள், குளிர்பானங்கள், நகராட்சி கட்டடங்கள் என எங்கும் எதிலும் செங்கிஸ்கானே நீக்கமற நிறைந்திருந்தார்.

பசுமையான புல்வெளிகள் மறைந்து பாலை மணல் வெளி ஆரம்பமானது. நாங்கள் இரண்டு முதுகு கொண்ட ஒட்டகத்தில் ஏறி பயணத்தைத் தொடர்ந்தோம். ஆனால், அங்கும் இரவில் வெப்பநிலை பூஜ்ஜியத்துக்குக் கீழேயே இருந்தது. பகலில் சூரியன் சுட்டெரித்தது. காற்று புயல் போல் சுழன்றடித்தது. வறண்ட ஆற்றுப்படுகைகளில் ‘பாடும்’ மணல் குன்றுகளைப் பார்த்தோம். கோபி பாலைவனத்தில் சாலைகளே கிடையாது. வெறுமனே திசைகள் மட்டுமே இருந்தன.

ஒருவழியாக ரியாவையும் அவருடைய துணைவர் தேவஷீஸையும் அவர்களுடைய பயணத்தின் இறுதிக்கட்டத்தில் வைத்துக் கண்டுபிடித் தோம். அவர்கள் மிகப் பெரியதொரு நாடோடிக் கூட்டத்துடன் வசித்துவந்தனர். ஆண்டுதோறும் தவறாமல் ஒரே வழித்தடத்தில் தமது குடும்பத்தினர், குழந்தைகள், ஒட்டகங்கள், டெண்ட்கள், கால்நடைகள், பாத்திரம் பண்டங்கள் சகிதமாக அவர்கள் பயணம் மேற்கொள்வார்கள். ஒரு குறிப்பிட்ட பருவத்தில் குறிப்பிட்ட இடங்களில் தங்குவார்கள். அவர்கள் சந்திர நாட்காட்டியைப் பின்பற்றித் தங்கள் நாடோடி வாழ்க்கையை வாழ்ந்துவந்தனர். கோபி பாலைவனத்தில் யாக் எருமைகளுக்குப் பதிலாக ஒட்டகங்கள் அந்த இடத்தைப் பிடித்திருந்தன. நான் ஒட்டகப்பால் குடித்தாக வேண்டிவந்தது.

நான் அவர்களைச் சந்தித்தபோது மாலையாகிவிட்டிருந்தது. அவர்கள் ஏற்கெனவே தமது மூட்டை முடிச்சுகளுடன் அடுத்த இடத்துக்குப் புறப்பட்டுக்கொண்டிருந்தனர். அவர்களுடன் நானும் அந்த சகனூருக்கு அவர்களுடன் புறப்பட்டேன். அந்த வழியில் செல்லும் டிரக்குகள், பஸ்கள், கார்கள், குதிரை வண்டிகள் என ஒவ்வொன்றாக லிஃப்ட் கேட்டு ஏறி இறங்கி ஒருவழியாக மங்கோலியாவின் வடகோடிக்கு போய்ச்சேர்ந்தோம்.

வளர்ப்பு பறவையாக்கப்பட்ட தங்க நிறக் கழுகுகளுடன் வேட்டை யாடிய கஸாக் வேட்டைக்காரர்களை வழியில் பார்த்தோம். அவர்கள் குதிரைகளை அநாயாசமாக ஓட்டினார்கள். கடைசிகட்டத்தில் குதிரைகள், கோவேறு கழுதைகள், ரெய்ண்டீர் வண்டிகள், நாய் பூட்டப்பட்ட வண்டிகள் ஆகியவற்றில் பயணித்தோம். உலகிலேயே மிக மிகக் குளிரான பகுதி இது. பனி வகைகளுக்கு அங்கு வசித்த பழங்குடிகள் சுமார் நூறு பெயர்கள் சூட்டியிருந்தனர். ஒரு பழங்குடியால் உருவாக்கப்பட்ட பனிக் குடிலில் ரவியையும் தாராவையும் பற்றியும் தன்னைப் பற்றியும் ரியா சொல்லக் கேட்டேன்.

ஐ.ஐ.டி.கான்பூரில் கம்ப்யூட்டர் சயின்ஸ் பட்டம் பெற்ற பிறகு ரியா சைபர் க்ரைம் பிரிவில் மேல் படிப்பு படிக்க ஸ்டான்ஃபோர்ட் பல்கலைக்கழகத்துக்குச் சென்றிருக்கிறார். தேவஷீஸின் தந்தை கட்டாக் பகுதியில் இருந்து யுனைட்டட் ஸ்டேட்ஸுக்கு இடம் பெயர்ந்திருந்தார். அங்கு அவர் சிராகாஸ் பல்கலையில் பேராசிரியராக இருந்தார். தேவஷீஸ் சிராகாஸில் பிறந்து வளர்ந்தவர். அவர் தகவல்தொழில்நுட்பப் பாடம் படித்தவர். ரியாவுக்கு சீனியராக இருந்தார். நட்பு மெள்ள காதலாகி இருவரும் சேர்ந்து வாழ முடிவெடுத்தனர்.

இணைய வேலை வாய்ப்புகள் தொடர்பான நெருக்கடி சர்வ தேச அளவில் ஏற்பட்டபோது அவர்களுக்கு வேலை கிடைப்பதில் கொஞ்சம் சிரமம் இருந்தது. ஓரிரு வருடங்கள் கிடைத்த வேலையைச் செய்தார்கள். அதன் பிறகு சுதந்தரமாக விரும்பிய வேலையைச் செய்யமுடிவெடுத்தனர். அவர்களுடைய கல்வித் திறமையானது எங்கிருந்து வேண்டுமானாலும் வேலை செய்யும் சுதந்தரத்தை அவர்களுக்குத் தந்தது. இணைய வர்த்தகம் போன்ற புதிய தொழில் வாய்ப்புகள் அவர்களுக்கு சரியான நேரத்தில் கை கொடுத்தன. சிறிது காலம் பரீட்சார்த்த வேலைகள் செய்துவந்தவர்கள் அதன் பிறகு முழு நேர டிஜிட்டல் நாடோடிகளாக ஊர் ஊராகச் சென்றபடியே தமது வேலையைச் செய்துவந்தனர்.

கிடைத்த வாகனத்தில் பயணம் செய்தல் என்பதுதான் அவர்கள் பாணி. அது அடுத்த வாகனம் கிடைக்கும்வரை ஒரு இடத்தில் அதிக நேரம் காத்திருக்கச் செய்தது. அந்த நேரத்தில் தமது மடிக்கணினியை எடுத்துக்கொண்டு வேலையை ஆரம்பிப்பார்கள். இண்டர்நெட் சிக்னல் கிடைக்கும்வரை காத்திருந்து தகவல்களை அனுப்பியும் பெற்றும் வேலையை முடிப்பார்கள்.

நிபுணத்துவம் வாய்ந்த ஹேக்கர்களுடன் பயணித்து வருகிறேனா என்று என்னை நானே அடிக்கடிக் கேட்டுக்கொண்டேன். எளிதில் கண்டுபிடிக்க முடியாதபடி அவர்கள் தமது இடத்தையும் இண்டர்னெட் ப்ரோடோகாலையும் அடிக்கடி மாற்றிக்கொண்டே வந்தார்கள். இப்படியான நபர்களை என்னுடைய போலீஸ் அறிவு மிகுந்த சந்தேகத்துடனே பார்த்தது.

அதன் பின்னர்தான் டிஜிட்டல் நாடோடிகளின் வாழ்க்கை என்பது வெறும் நாடோடிப் பயணங்கள் சார்ந்தது மட்டுமே அல்ல என்பது புரிந்தது. அது ஒருவகையில் ஒரு நாட்டில் சிறிது காலம் இருந்து அந்த நாட்டுக் கலாசாரத்தில் மூழ்குவது என்பது பின்னர்தான் புரிந்தது. அவர்களுக்கென்று தனியான இணைய வலைப்பின்னல்கள் இருந்தன. ஒவ்வொரு இடம் மாறிச் சென்றாலும் அவர்களுக்கான வேலைகள் தொடர்ந்து கிடைத்தவண்ணம் இருந்தன.

சில வருடங்கள் அதிக வேலை கிடைத்து எக்கச்சக்கமாக பணம் சம்பாதிக்க வழி கிடைக்கும். சில மாதங்கள் வேலை ஒன்றுமே இல்லாமல் போகும். செலவழிக்கும் காசுக்குப் போதுமான இனிமையான அனுபவம் கிடைக்கும் நாடுகளை அவர்கள் தேடித் தேர்ந்தெடுத்துச் சென்றார்கள். கிழக்கு ஐரோப்பா, தென் கிழக்கு ஆசியா ஆகியவையே இவர்களுடைய விருப்பத்துக்குரிய இடங்கள். மத்திய ஆசியா, தென் அமெரிக்காவும் ஆஃப்ரிக்காவும் தற்போது அவர்களிடையே பிரபலமாகத் தொடங்கியிருக்கின்றன. அவர்களுக்குத் தேவையெல்லாம் இணையத் தொடர்பு வசதி, சுவாரசியமான மக்கள், கலாசாரங்கள், உணவுவகைகள், செலவழிக்கும் காசுக்கு திருப்தியான அனுபவம்.

ரவி-தாரா தம்பதி பற்றி ரியா நிறைய விஷயங்கள் சொன்னார். ரியா ஒரு முறைசாரா புகைப்படக் கலைஞரும்கூட. அவருடைய மடிக்கணியில் குடும்பத்தினரின் ஏராளமான புகைப்படங்கள் இருந்தன. ஒவ்வொரு புகைப்படத்துக்கும் குறிப்பு எழுதும் வழக்கம் அவரிடம் இருந்தது. பொதுவாக அந்தக் குறிப்புகள் மிகவும் சாதாரணமாகவே இருக்கும். பாடுகிறார், ஆடுகிறார், நிச்சயதார்த்ததுக்கு முன்பாக, திருமணத்துக்கு முன்பாக, பின்பாக, தேனிலவுக்கு

முன்பாக, தேனிலவுக்குப் பின், முதல் சண்டைக்குப் பின், முதல் திட்டு வாங்கிய பின், கர்ப்பமாக, குழந்தையுடன் என்று இருந்தன. வேடிக்கையான குறிப்புகளுடன் சில இருந்தன. ஒரு புகைப்படத்தில் ரவி கூலிங் கிளாஸ் அணிந்துகொண்டு ஸ்டைலாக அருமையான பேண்ட்-சட்டையுடன் இருந்தார். அதன் கீழே பொருத்தமாக 'ரஜினிகாந்த்' என்று குறிப்பு எழுதியிருந்தார் ரியா.

கண்காணாத இடத்துக்குப் பயணம் புறப்பட ரவி முடிவு செய்தபோது தாரா, தான் பார்த்துப் பார்த்து வாங்கிய பொருட்களோடு சேர்த்து வீட்டை விற்றுவிட்டுப் புறப்பட, ரியாதான் உதவி செய்திருக்கிறார். ரவிக்கு டைரி எழுதும் பழக்கம் உண்டு. கூட்டங்களில் தான் பேசுவதற்கு முன்பாக, பேட்டி கொடுப்பதற்கு முன்பாக குறிப்புகள் எழுதி எடுத்துக்கொள்ளும் பழக்கமும் இருந்தது. தான் எழுதிய செய்திக் கட்டுரைகள், தன்னைப் பற்றிய செய்திகள் அனைத்தையும் வெட்டி ஒட்டிபத்திரமாகப் பாதுகாக்கும் பழக்கம் அவருக்கு இருந்தது. டிஜிட்டல் நாடோடியாக ரியா பயணம் ஆரம்பிப்பதற்கு முன்பாக இந்த முக்கியமான ஆவணங்கள் எல்லாம் ரியாவிடம்தான் இருந்திருக்கின்றன. அவை இப்போது ரியாவின் வீட்டில் இருந்தன. இந்த விலை மதிப்பு மிகுந்த பொருட்களைப் பெற நான் இன்னொரு பயணம் மேற்கொள்ளவேண்டியிருந்தது.

ரவியும் தாராவும் இப்போது எங்கு இருக்கிறார்கள் என்று தெரிந்து கொள்வதில் ரியாவுக்கு பெரிதாக அக்கறை எதுவும் இல்லை. நாடோடி வாழ்க்கை அவரை மாற்றியிருக்கலாம். அல்லது அவருக்குக் கூடுதல் உண்மைகள் தெரிந்திருக்கலாம். நாடோடியாக வாழ்ந்து அந்த உள்ளுணர்வு சார்ந்து ரகசியங்களை வெளியில் சொல்லாமல் இருக்கக் கற்றுக்கொண்டிருக்கலாம்.

12

ரவியின் ஆருயிர் காதலி

இரண்டு மாவட்டங்களில் மாவட்ட நீதிபதியாக இருந்த பிறகு ரவி, இம்பாலில் சுற்றுலா, விளையாட்டு மற்றும் கலாசாரத்துறை செயலராக சிறிது காலம் இருந்தார். ஒரு மணிப்புரி கலாசார விழாவுக்கு சிறப்பு விருந்தினராக அழைக்கப்பட்டிருந்த ரவி அங்குதான் தாராவை முதன் முதலாகச் சந்தித்தார். விமானத்துறை உயர் அதிகாரி ஒருவரின் மகள்.

விமானப் படை அதிகாரிகளின் குழந்தைகள் எல்லாரையும் போலவே தாராவும் நம் தேசத்தின் பல்வேறு மாநிலங்களில் தன் பள்ளிப் படிப்பைமுடித்திருந்தார். புனே ஆயுதப்படை மருத்துவக் கல்லூரியில் மருத்துவம் படித்து முடித்திருந்தார். மணிப்புரி நடனக் கலைஞராகவும் இருந்தார். அன்றைய நடனம் முடிந்த பிறகு ரவிக்கு அடுத்த டேபிளில் அமர்ந்துகொண்டு தாரா மணிப்புரி நடனத்தின் நுணுக்கங்கள் பற்றி விளக்கினார். இரவு உணவு முடிந்த பிறகும் இருவர் மட்டும் அங்கேயே நீண்ட நேரம் அமர்ந்தபடி பல விஷயங்கள் பேசியிருக்கிறார்கள். அன்றைய தினம் சிறப்பு விருந்தினர்தான் அந்த விழா அரங்கில் இருந்து கடைசியாகப் புறப்பட்டுச் சென்றார்!

அதன் பிறகு தேசிய விளையாட்டுகளுக்காகக் கட்டப்பட்ட விளையாட்டரங்கில் ஷட்டில் விளையாட்டுக்கான உள்ளரங்க மொன்றில் இருவரும் சந்தித்தனர். அதன் பிறகு ரவியும் தாராவும்

அங்கு அடிக்கடி விளையாடவும் விளையாட்டு முடிந்தபின் காலாற நடந்தபடியே பேசிக்கொண்டிருக்கவும் செய்தனர்.

தாரா அடுத்தவர் சொல்வதைப் பொறுமையாகக் கேட்கும் குணம் கொண்டவர். வசீகரம் மிக்கவரும்கூட. ரவியினுடைய உலகத்தில் இருந்து தனிமையின் புழுக்கத்தை ஒரு தென்றல் போல் நுழைந்து முற்றாக மாற்றியமைத்தார். தாரா போன வெகு நேரத்துக்குப் பின்னும் அவளுடைய குரல் ரவியின் காதில் தேனாக ஒலித்துக்கொண்டிருந்தது. ரவியின் வாழ்க்கையை தாரா முற்றாக ஆக்கிரமித்தார். விழித்திருக்கும் நேரங்களில் மட்டுமல்ல... கனவுகளிலும். தாராவுடன் எவ்வளவு அதிகநேரம் கழிக்கிறாரோ அதைவிடப் பலமடங்கு கூடுதலாக அவளுடன் இருக்கவேண்டும் என்று ரவியின் மனம் துடித்தது. தனது வேலை முடிந்ததும் எப்போதுடா உள் அரங்குக்குப் போகலாம் என்று கிடந்து தவியாகத் தவிக்கத் தொடங்கினார். விளையாடப் போக நினைத்திருக்கும் நேரத்தில் ஏதேனும் வேலை வந்துவிட்டால் ரவிக்குத் தலையே வெடித்துவிடுவதுபோல் ஆகிவிடும்.

ரவியின் பெற்றோர் ஆச்சரியப்படும்வகையில் ரவி பொங்கலுக்கு இரண்டு மாதங்கள் முன்பாகவே சென்னைக்கு வந்தார். இன்னொரு இன்ப அதிர்ச்சியாக தாராவைத் திருமணம் செய்துகொள்ள விரும்புவதாகச் சொன்னார். ரவியின் குடும்பத்தில் அவர்களுடைய ஜாதிக்குள்ளாகத் திருமணம் செய்வதுதான் வழக்கம். ஆனால், ரவி சந்தர்ப்ப சூழ்நிலை களால் வழிநடத்தப்படும் நபர்; இப்படியானவைதான் நடக்கும் என்பது அவர்களுடைய பெற்றோருக்குத் தெரிந்திருந்தது. எனவே அந்தத் திருமணத்துக்கு எந்த எதிர்ப்பும் தெரிவிக்கவில்லை.

பெருமாள் கோவிலுக்கு அழைத்துச் சென்று கடவுளின் ஆசியைப் பெற்றுக்கொள்ளும்படி அம்மா சொன்னார். பிறகு தியாகராய நகருக்குச் சென்று மருமகளுக்குப் பட்டுப் புடவைகள், நகைகள், தாலி முதலியவற்றை வாங்கிக் கொடுத்தார். அப்பா சேர்த்துவைத்திருந்த பணத்தில் பெரும் பகுதியை திருமணத்துக்காகவே செலவிட்டார்.

தாராவுக்கும் ரவிக்கும் தாராவின் பெற்றோரின் வீட்டில் திருமணம் நடந்தது. மணிப்புரி பாரம்பரியத்தில் மணமகன், மணமகள் குடும்பத்தினர் பரஸ்பரம் அறிமுகம் செய்துகொள்ளும் சடங்கு ஒன்று உண்டு. ரவியின் குடும்பத்தில் இருந்து சொற்ப நபர்களே திருமணத்துக்கு வந்திருந்ததால் அந்தச் சடங்கு நடத்தப்படவில்லை. ரவி தமிழ் பாரம்பரியப்படி பட்டு வேஷ்டி சட்டை அணிந்து கொண்டிருந்தார். தாரா ராஸலீலா பாணி உடை அணிந்திருந்தார். தங்க நகைகள் அணிந்து ஜொலித்தார். 'லே லெங்கா' எனப்படும் மணிப்புரி பாரம்பரியப்படியான மாலை மாற்றும் சடங்கு நடந்தது.

ரவியின் அம்மா தலையில் சூடிக்கொள்ளும் மல்லிகைப் பூவால் தொடுத்த மலர் மாலையை தாரா ரவிக்கு அணிவித்தார். புனித துளசிச் செடியை ஏழு முறை வலம் வந்து திருமணம் நடந்து முடிந்தது.

விமானப்படை கண்டோன்மெண்டின் புல்வெளியில் ராணுவ இசைக்குழு வாத்தியம் இசைக்க ரிசப்ஷன் நடைபெற்றது. தாராவின் குடும்பத்தினர், உறவினர்கள், நண்பர்கள், தந்தையின் சக அதிகாரிகள் என அனைவரும் வந்திருந்தனர். ரவியின் சார்பில் அவருடைய சகோதரியும் சகோதரியின் கணவர் டாக்டர் ஆறுமுகமும் மட்டுமே வந்திருந்தனர். மாநில முதலமைச்சர்கூட வந்து தலைகாட்டிவிட்டுச் சென்றார். கேபினட் அமைச்சர்கள், உயர் நீதிமன்ற நீதிபதிகள், அதிகாரவர்க்கத்தினர் என பலர் வந்து வாழ்த்தினர்.

ஒரு தனி மனிதருக்கு, தான் தனிமைப்படுத்தப்பட்டதாக ஓரங்கட்டப் பட்டதாக உணர்வதில் இருந்து தப்ப இப்படியான கலாசார விழாக்கள் மிகவும் அவசியம். தாராவுக்கு இந்தத் திருமணம் உற்றார் உறவினர் களுடனான நெருக்கத்தை அன்பைப் பறைசாற்றுவதாக இருந்தது. ரவிக்கோ இது உணர்வுபூர்வமாக மிகவும் தர்மசங்கடமான விஷயமாக இருந்தது. ஸ்ரீஸ்ரீ கோவிந்தஜி கோவிலுக்குச் சென்று இறைவன் முன்னிலையில் அக்கா எடுத்துக் கொடுக்க தாலிகட்டினார் ரவி. தாராவும் ரவியும் கணவன் மனைவியானார்கள்.

13

ஓர் இனிய மல்யுத்தம்

அதிர்ஷ்டக்காற்று மீண்டும் ஒருமுறை தன் பக்கம் வீசத் தொடங்கியிருப்பதாக ரவி மகிழ்ந்தார். மணிப்புரிகாரரான தாரா சிறு வயது முதலே தேசத்தின் பல்வேறு மாநிலங்களில் வசித்து வந்திருக்கிறார். இளமைப் பருவத்தை டெல்லியில் கழித்திருக்கிறார். விளையாட்டு, கலாசாரம், சுற்றுலா ஆகியவற்றை மணிபூர் மாநிலத்தில் வளர்க்கும் பொறுப்பில் ரவி இருந்ததால் புதுமணத் தம்பதிகள் பல்வேறு சுற்றுலா-கலாசார மையங்களுக்குச் சென்று வந்தனர். மணிப்பூரின் பாரம்பரியப் பெருமை மிகுந்த இடங்கள், இயற்கை எழில் மிகுந்த இடங்கள் ஆகியவற்றுக்குச் சென்று வந்ததன் மூலம் ரவிக்கு அந்த மாநிலம் பற்றிய பல நுட்பமான விஷயங்கள் தெரியவந்தன. தம்பதியர் பரஸ்பரம் தம்மை நன்கு புரிந்து கொள்ளவும் இந்தப் பயணங்கள் உதவின.

மணிப்பூர் மாநிலத்தில் இந்துக்களே பெரும்பான்மையாக இருந்தனர். மியான்மர், மிஜோரம், அஸ்ஸாம், நாக்காலாந்து போன்ற அண்டை மாநிலங்களிலும் நாடுகளிலும் மணிப்புரி பழங்குடிகள் பரவலாக வசித்துவந்தனர். அந்தப் பழங்குடிகள் ஆதிகால வாழ்க்கை முறையிலேயே இருந்துவந்தனர். எதிரிக்குழுக்களின் தலையை வெட்டும் போர்ப்பழக்கம் கூட அவர்களிடம் இருந்தது.

எளிதில் யாரும் செல்லமுடியாத பகுதிகளில் பல்வேறு பழங்குடி மொழிகள் பேசியபடி பாரம்பரிய உடைகள் அணிந்தபடி வசித்தனர். ‘சனமஹிஸம்’ என்ற நம்பிக்கையைப் பின்பற்றினர். இஸ்ரேலில்

இருந்து இவர்கள் வந்ததாகக்கூட சொல்லப்படுவதுண்டு. பெரும்பான்மையினர் இந்து மத நம்பிக்கைகளை பின்பற்றுவதோடு கிறிஸ்தவம், பௌத்தம், இஸ்லாம் ஆகியவற்றையும் பின்பற்றுகிறார்கள். ஏராளமான நாட்டுப்புறக் கலைகள், வட்டார மொழிகள், உடைகள், கைவினைத் தொழில்கள், மண்பாண்டக் கலை, விழாக்கள், இசை, நடனம், பல்வேறு தொழில்நுட்பக் கருவிகள் கொண்டதாக அவர்களுடைய கலாசாரம் திகழ்கிறது.

சுற்றுலாவினரைக் கவரும் வகையில் பல்வேறு பகுதிகளின் விழாக்களை ரவி வளர்த்தெடுத்தார். நின்கோல் சாக், கௌபா, கான் கை தௌனி புது வருடக் கொண்டாட்டம் என பல விழாக்கள் நாட்டின் பல்வேறு பகுதிகளில் இருந்து சுற்றுலாவினரைக் கவர்ந்தன. பல்கலைக்கழகங்கள், ஆராய்ச்சி மையங்கள் ஆகியவற்றின் துணையுடன் மணிப்புரி கலாசார அம்சங்களை ஆவணப்படுத்தும் நடவடிக்கைகளை முன்னெடுத்தார்.

ஒன்பது நாட்கள் நடக்கும் மாரம் பழங்குடிகளின் ‘காங் ஹி’ விழாவானது ஆண்களின் வீரத்தைப் பறைசாற்றக்கூடியது. சேனாபதி மாவட்டத்தில் குலன் கிராமத்தில் நடக்கும் இந்த விழாவுக்குப் பொதுவாக அரசு அதிகாரிகள் யாரும் செல்வது கிடையாது. ரவி தாராவுடன் அந்த விழாவைப் பார்க்கச் சென்றார். அந்தத் திருவிழாவின் இறுதி நாளில் ஆண்கள் நிர்வாணமாக மல்யுத்தப் போட்டியில் ஈடுபடுவதுண்டு. போட்டி நடக்கும் இடத்தில் இருந்து ஐம்பது மீட்டர் தொலைவில் பெண்களுக்கான இருக்கைகள் போடப்பட்டிருக்கும். தாரா அங்கு அமர்ந்துகொண்டு போட்டியைப் பார்த்தார்.

உடல் வலு, களைப்படையாமல் நீண்ட நேரம் போராடும் திறமை என பல அம்சங்கள் போட்டியாளருக்கு வெற்றிபெறத் தேவையாக இருந்தன. வெற்றிபெறுபவருக்குத் தான் விரும்பும் பெண்ணை மண முடிக்கும் வாய்ப்பு கிடைக்கும். அந்தப் போட்டி ஒருவகையில் இருபாலினத்தவரிடம் காமத்தைத் தூண்டும் ஒன்றாக இருந்தது. ரவிக்கு அன்று இரவு தாராவுடன் மல்யுத்தம் செய்ய வேண்டியிருந்திருக்கும்!

14

வழி தவறிய இளைய தலைமுறையை வார்த்தெடுத்தல்

வீர விளையாட்டுகள் மணிப்பூரின் முக்கிய பாரம்பரியமாக இருந்திருக்கின்றன. ஈட்டி எறிதல், வில் வித்தை, கான் ஜெய் (உள்ளூர் போலோ விளையாட்டு) போன்றவை இளைஞர்களிடையே பெரும் வரவேற்பைப்பெற்றிருந்தன. ஆனால் உள்கட்டமைப்பு, அரசு ஆதரவு போன்றவை இல்லாததாதலும் ஏட்டுக் கல்விக்கு அதிக முக்கியத்துவம் தரப்பட்டதாலும் அந்தப் பாரம்பரியம் மெள்ள வீழ்ச்சியடைந்துவிட்டது.

வேலையில்லாத, தகுதியான வேலை கிடைக்காத இளைஞர்களுக்கு கலவரங்கள், துப்பாக்கிக் கலாசாரம் போன்றவை தவறான புகலிடமாக அமைந்தன. அவர்களுடைய வன்முறைச் செயல்பாடு களுக்குப் பின்னால் எந்தப் பெரிய கோட்பாட்டுப் பின்புலமும் இருந்திருக்கவில்லை. அவர்களுடைய அபரிமிதமான சக்திக்கு சரியான வசதி வாய்ப்புகள் எதுவும் கிடைக்காததால் அதில் வேறு வழியின்றி ஈடுபட்டனர். மைய நீரோட்டத்தில் திடீரென்று இணைவதில் உள்ள சிரமங்களும் அவர்களை மேலும் நெருக்கடிக்கு உள்ளாக்கின.

மணிப்பூரில் விளையாட்டுத்துறையை முன்னேற்றுவதில் ரவி கூடுதல் அக்கறை காட்டினார். ஓட்டப் பந்தயம், கால்பந்து, சைக்கிள் போட்டி, துப்பாக்கி சுடுதல், நீச்சல், பிற உள் அரங்க, மைதான

விளையாட்டுகளுக்கான மிகப் பெரிய விளையாட்டு மைதானமாக குமான் லாம்பாக் ஸ்டேடியத்தைக் கட்டினார்.

முன்னாள் ராணுவ வீரர்கள், பயிற்சியாளர்கள், விளையாட்டுக் கழகங்கள், க்ளப்கள் என அனைத்தையும் அனைவரையும் ஒருங்கிணைத்து கிராமங்கள், பள்ளிகளில், பழங்குடிகள் மத்தியில் விளையாட்டுகளைப் பிரபலப்படுத்த பல நடவடிக்கைகள் மேற்கொண்டார். அனைத்து மாவட்டங்களிலும் விளையாட்டுப் பயிற்சி மையங்கள், ஸ்போர்ட்ஸ் அகடமிகள் அமைக்கப்பட்டன. விரைவிலேயே கால் பந்து போட்டிகள் அந்த மாநிலத்தில் பெரும் வரவேற்பைப் பெறத் தொடங்கின. பளு தூக்கும் வீரர்கள், குத்துச் சண்டை வீரர்கள், கால்பந்து வீரர்கள், ஓட்டப்பந்தய வீரர்கள் போன்றோர் தேசிய ஹீரோக்களாக வெற்றிகளைக் குவிக்கத் தொடங்கினர்.

இளைய தலைமுறை வன்முறைப் பாதையில் செல்வதில் இருந்து விளையாட்டுகள் மீட்டெடுத்தன. இளம் பெண்களும் ஆண்களும் தேசம் முழுவதிலும் நடந்த போட்டிகளில் பங்கெடுத்து வெற்றி வாகை சூடியதன் மூலம் நல்ல படிப்பு, வேலைகள் கிடைக்கப் பெற்றனர். பல மணிப்புரி வீரர்கள் சர்வதேசப் புகழ்கூடப் பெற்றனர். சாகஸ சுற்றுலாக்கள், எக்கோ டூரிஸம் போன்றவற்றை வளர்த் தெடுப்பவர்களாகவும் தேசம் முழுவதிலும் விரும்பி அழைக்கப்படும் பயிற்சியாளர்களாகவும் பரிணமித்தனர்.

பிற மாநில, வெளிநாட்டு விருந்தினர்களை வரவேற்று உபசரிப்பதிலும் முன்னணியில் நின்றனர். ஆட்சிப் பணியாளர்களாகவும் அரசுப் பொதுத்துறை நிறுவனங்களிலும் ராணுவங்களிலும் மணிப்புரியினர் இடம்பெறத் தொடங்கினர். மணிப்பூரில் விளையாட்டுத் துறைக்கு முக்கியத்துவம் கொடுத்து வளர்த்தெடுத்ததென்பது அந்த மாநிலத்தின் எதிர்காலத்தையே மாற்றி அமைத்தது என்றே சொல்லலாம்.

15

ஏரியில் மிதக்கும் ஏகாந்த மணல் தீவுகள்

மணிப்பூர் போன்ற புற உலகில் இருந்து வெகு தொலையில் எளிதில் சென்று சேரமுடியாத பகுதிகளில் பணியாற்றிய ரவி, மக்களின் ஏழ்மை, பசி இவற்றைப் போக்க வளர்ச்சித் திட்டங்களால் மட்டுமே முடியும் என்ற எண்ணத்தை மாற்றிக்கொண்டார். பெரும்பாலான நேரங்களில் அப்படியான திட்டங்கள் எதிர்மறை விளைவையே ஏற்படுத்தும். சமூகக் குழப்பம், இயற்கைச் சீர்கேடு ஆகியவற்றையே ஏற்படுத்தும் என்பதைப் புரிந்துகொண்டார்.

வட கிழக்குப் பகுதியில் இருக்கும் மிகப் பெரிய ஏரியான 'லோக்தக்' ஏரிக்குச் சென்று வந்த பிறகு ரவிக்கு இந்த எண்ணம் மேலும் வலுப்பெற்றது. இயற்கை அன்னை மிக அழகான, மிக அபாரமான சமநிலையை உருவாக்கி வைத்திருக்கிறாள். பல்வேறு உயிரினங் களுக்கான உணவு வலை, இருப்பிடம், தாக்குப்பிடிக்கும் திறன் என பல விஷயங்களைப் பார்த்துப் பார்த்துச் செய்துவைத்திருக்கிறாள்.

மிக மிக ஆழமான கடல் பகுதிகள், பூமியின் அடி ஆழம், எரிமலைகளின் அக்கம்பக்கம், பாலைநிலங்கள், பனிப் பிரதேசங்கள், உப்புக் கடல்கள் என நினைத்தே பார்க்கமுடியாத இடங்களிலும் உயிர்கள் வாழ்கின்றன. அப்படியான பனிப்பிரதேசங்கள், பாலைவனங் கள், மழைக்காடுகள், அத்துவானக் காடுகள், மலை உச்சிகள், புல்வெளிகள் என பல்வேறு சிரமமான பகுதிகளில் மனிதர்கள்கூட இயற்கைக்கு இசைந்துகொடுத்து அங்கிருக்கும் உயிர்கள், செடி கொடிகள் இவற்றோடு ஒன்றிணைந்து வாழ்ந்துவருகிறார்கள். தாம்

வசிக்கும் இடத்தின் இயற்கை ஒழுங்குகளோடு தாமும் ஒத்திசைந்து தமக்கென தனியான விசேஷ உணவுகள், உடைகள், வீடுகள், பயிர் தொழில்முறைகள் என இடத்துக்கு ஏற்றாற்போல் வாழ்ந்து வருகிறார்கள்.

லோக்தாக் ஏரி அப்படியான பல மிதக்கும் தீவுகளைத் தன்னகத்தே கொண்டது. அவை 'பும்தி' என்று அழைக்கப்படுகின்றன. அந்த மண் குன்றுகளில் பழங்குடிகள் வாழ்கிறார்கள். மீன்பிடித்தலே பிரதான தொழில். சங்காய் மான்கள் மற்றும் பல விலங்குகள், அரியவகை தாவரங்களும் அந்தத் தீவுக் குன்றுகளில் இருக்கின்றன. அங்கு கிடைக்கும் பொருட்களைக் கொண்டே பள்ளிகள், வீடுகள் கட்டிக் கொள்கின்றனர்.

மிதக்கும் மணல் குன்றுத் தீவுகளும் அங்கு மக்கள் வாழ்வதும் உலகிலேயே இந்த இடத்துக்கே உரிய தனிச்சிறப்பான அம்சமாகும். கொஞ்சம் தண்ணீர் மட்டம் உயர்ந்தாலும் இந்த வாழ்விடங்கள் (தீவுகள்) நீரில் முழ்கிவிடும். பல ஆயிரம் ஆண்டுகளுக்கு முன்பிருந்தே அங்கு மக்கள் வாழ்ந்துவந்திருக்கிறார்கள் என்றாலும் புவி வெப்பமயமாதல் காரணமாக அவர்களுடைய வாழ்விடங் களுக்கு பிரச்னைகள் வரத் தொடங்கியுள்ளன.

குட்டை மூங்கில் காடுகள், லில்லி பூக்கள், உள்ளூர் காளான் வகைகள், பல்வேறு வகை மலர்கள் என ஏராளமானவை 'டுஸூகூ' பள்ளத்தாக்கில் காணப்படுகின்றன. வெகு பழங்காலத்திலிருந்தே இங்கு வசித்து வந்த மக்கள் இந்த இயற்கை சமநிலையை அருமை யாகப் பேணிப் பாதுகாத்து வந்திருக்கிறார்கள். ஆனால், நவீன கால நெருக்கடிகளினால் அவற்றையெல்லாம் தற்போது இழக்கத் தொடங்கியுள்ளார்கள்.

ரவிக்கு நடந்துவரும் மாற்றங்களின் அபாயம் நன்கு புரிந்தது. இந்த வசிப்பிடங்கள் எல்லாம் வெகு விரைவாக அழிவைநோக்கித் தள்ளப்பட்டுக்கொண்டிருந்தன. பல்வேறு விலங்குகள், செடி கொடிகளின் மறைவு அபாயகரமான வேகத்தில் இருந்தது. வெகு விரைவிலேயே இவையெல்லாம் அழிந்துவிடும் என்பது அவருக்குப் புரிந்தது. அதை எப்படியாவது தடுக்கவேண்டும் என்று தவித்தார். அழிவில் இருந்து இவற்றைக் காப்பதே உடனடித் தேவை என்பதை உணர்ந்துகொண்டார். அரசியல் கட்சி சார்ந்தோ, ஏதோவொரு தனி பிராந்தியம் சார்ந்தோ, தேசம் சார்ந்தோ அல்ல... மனித இனம் மற்றும் உயிர்களின் வாழ்க்கை குறித்த பிரச்னையாக அது இருந்தது.

ரவி வேறு சில மாவட்டங்களின் நிர்வாகப் பொறுப்பையும் எடுத்துக் கொண்டார். ரவி தாரா தம்பதிக்கு இரண்டு குழந்தைகள் பிறந்தன.

மருத்துவ சேவைப் பிரிவில் தாரா சேர்ந்துகொண்டார். ரவியுடனேயே இருந்து செயல்பட்டுவந்தார். அவர்களுடைய வீடு எப்போதும் விருந்தினர்களின் வருகையால் மகிழ்ச்சியும் இரைச்சலும் நிறைந்ததாக இருந்தது. ரவிக்கு ஐந்து நிமிடம் தனியாக உட்கார்ந்து படிக்கக்கூட நேரமோ இடமோ இல்லாமல் ஆகிவிட்டது. சேலம் அவருடைய நினைவின் அடி ஆழத்துக்கு நகர்ந்துவிட்டிருந்தது. மணிப்பூர் அவருடைய சொந்த ஊர் போல் ஆகிவிட்டது.

16

புதிய பஞ்சவடி

ரவியின் மூத்த மகன் பல குருமார்களிடம் யோகா கற்றுக்கொண்டு மாவட்ட, மாநில, தேசிய அளவில் யோகா போட்டிகளில் பரிசுகள் வெல்லத் தொடங்கினார். யோகா கலை ஒரு போட்டியாக அங்கீகரிக்கப்படவில்லையென்பதால் இந்தியா சார்பில் ஆசியப் போட்டிகளிலோ ஒலிம்பிக் போட்டியிலோ பங்குபெற வாய்ப்பு இருந்திருக்கவில்லை.

செக் குடியரசில் பராகுவேயில் உள்ளூர் நண்பர் ஒருவருடன் சேர்ந்து யோகா ஆசிரியராகச் செயல்படத் தொடங்கினார். யோகா உலக அளவில் புகழ் பெறத் தொடங்கியதையடுத்து ரவியின் மகனும் பிரபலமானவரானார். செக் குடிமக்கள் ரவியின் மகனை ராமர் என்றும் செக் நாட்டு நண்பரை ஹனுமான் என்றும் செல்லமாக அழைத்தனர். யோகா மையத்தின் வாடகை வெகுவாக அதிகரித்துவிடவே கேரவேனில் ஐரோப்பா முழுவதும் பயணம் மேற்கொண்டு யோகா முகாம்கள் நடத்தத் தொடங்கினர்.

ரியா என்னைப் பற்றி ரவியின் மகனிடம் சொன்னபோது என்னைச் சந்திக்க சம்மதம் தெரிவித்தார். வயது சுமார் 20களில் இருந்த வேஷ்டி, குர்தா அணிந்த இரண்டு இளைஞர்கள் என்னை விமானநிலையத்தில் வரவேற்றனர். மழித்த தலையில் குடுமியுடன் இருந்தனர்.

ரவி பற்றிய பிற தகவல்கள் அடங்கிய புதையல் பெட்டி பற்றிக் கேட்டேன். அதிர்ஷ்டவசமாக அது அவர்களிடம் தான் இருந்தது. ஆனால், அதை எனக்குத் தர அவர்களுக்கு விருப்பம்

இருந்திருக்கவில்லை. ஆனால், ரவி எழுதிய டைரிகளைப் படித்துப் பார்த்து குறிப்புகள் தேவைப்பட்டால் எடுத்துக்கொள்ள அனுமதித்தனர். அவற்றைப் படித்துப் பார்க்க 15 நாட்கள் ஆகும் என்று தெரிந்தது. எனவே ஐரோப்பா முழுவதும் அவர்களுடன் நானும் கேரவேனில் பயணம் செய்ய முடிவுசெய்தேன்.

கேரவேனில் ஒரு குளியல் அறை, பாய், ஒரு கணினி, புத்தக அலமாரி எல்லாம் இருந்தன. யோகா நீங்கலாக இந்து மதம், புத்தமதம், தாவோயிஸம், இஸ்லாம், யூத மதம், கிறிஸ்தவம் என பல மதங்கள் பற்றிய புத்தகங்களும் இருந்தன. இறையியல், புராணவியல், வானவியல், காந்த சிகிச்சை, குண்டலி, இயற்கை மருத்துவம், ஆயுர்வேதம் என பல்வேறு நூல்களும் இருந்தன. டேன்ஸ் ஆஃப் சிவா, தாவோ ஆஃப் பிஸிக்ஸ், ஜென் அண்ட் தி ஆர்ட் ஆஃப் மோட்டார் சைக்கிள் மெயிண்டனென்ஸ் என இளம் வயதில் நான் ஆர்வத்துடன் தேடிப் படித்த புத்தகங்களும் இருந்தன.

மேற்குலகில் யோகா நல்ல பணம் கொழிக்கும் தொழிலாகவும் பரிணமித்திருந்தது.யோக ஆசிரியர்கள் ஒவ்வொருவரும் தத்தமது பாணியில் அதை கற்றுக்கொடுத்தனர். ஹட யோகா, அன்பு யோகா, குண்டலி யோகா, தந்திரிக் யோகா, சுவாசப் பயிற்சி-உடல் பயிற்சி யோகா, நடன யோகா, நிர்வாண யோகா என பலவகைகள் கற்றுத் தரப்பட்டன. எனினும் ரவியின் மகனும் செக் நண்பரும் 33 யோக நிலைகள், பிராணாயாமம், கிரியைகள், தியானம், மந்திர உச்சாடணம் என பாரம்பரிய யோகாவையே கற்றுத் தந்தனர்.

இரவுகளில் ஒரு இடத்தில் இருந்து இன்னொரு இடத்துக்குப் பயணம் மேற்கொண்டனர். பகல்களில் யோகா முகாம்கள் நடத்தினர். சமைக்கவே இல்லை. காய்கள், கனிகள் மட்டுமே சாப்பிட்டனர். தண்ணீரைத் தவிர வேறு திரவமாக எதையுமே அருந்தவில்லை. பால் கூட அருந்தவில்லை. மாமிசம், பால் பொருட்கள், முட்டைகள், மீன் என எதையுமே உண்ணவில்லை. மாலை நேரங்களில் புல்லாங்குழல் இசைப்பார்கள். மன அமைதி பெற மந்திரங்கள் சொல்வார்கள். யோக நித்ரா செய்து பின் தூக்கத்தில் ஆழ்வார்கள். அவர்கள் எப்போதுமே உயிர்த்துடிப்புடன், ஒருவித ஆனந்த நிலையில் இருந்துவந்தனர்.

அவர்களுடன் பயணம் செய்தபோது நானும் அவர்களைப் போலவே வெறும் காய், கனிகளை மட்டுமே உண்டேன். இயற்கை அன்னை வாரி வழங்குகிறாள் அனைத்தையும். உணவுக்காக இன்னொரு உயிரைக் கொல்லத் தேவையே இல்லை. கன்றின் பாலைத் திருடிக் குடிக்கவேண்டிய அவசியமே கிடையாது. சமையலுக்கு என்று நாம் செலவிடும் நேரம் உண்மையில் துளியும் தேவையற்றதுதான்.

தாகத்தைத் தீர்க்க தண்ணீரை விடச் சிறந்த பானம் ஏதேனும் இந்த உலகில் இருக்கமுடியுமா என்ன?

இயற்கை உருவாக்கியுள்ள உணவுச் சங்கிலியில் மனிதன் தன்னை இவ்வளவு சிக்கலாக ஆக்கிக்கொள்ளவேண்டுமா? நாம் இப்போது சாப்பிடுகிறோமே அந்த அளவுக்கு விதவிதமாக, அதிக அளவில் உணவு நமக்குத் தேவையா என்ன? அந்த இளைஞர்களுடன் வாழ்ந்த போது எனக்கு வாழ்க்கை குறித்த புதிய பார்வை உருவானது.

அவர்களுடைய கேரவேன் நடமாடும் சோதனைசாலையாகவும் இருந்தது. மூலிகைகள் குறித்து அவர்கள் அதில் பல ஆராய்ச்சிகள் மேற்கொண்டனர். அவர்களுடன் பயணம் செய்து ரவியின் டைரியில் இருந்து குறிப்புகள் எடுத்துக்கொண்ட காலகட்டத்தில் எனக்கு பல எண்ணங்கள் தோன்றின. நம்முடைய நவீன வாழ்க்கையை நாம் மிகவும் எளிமையாக ஆக்கிக்கொள்ளவேண்டும்; வேகத்தைக் குறைத்துக்கொள்ளவேண்டும்; வாழ்க்கையை அர்த்தமுள்ளதாக ஆக்கிக்கொள்ளவேண்டும்; மனிதர்கள் எல்லாம் வெறும் எந்திரங்களோ ரோபோட்களோ அல்ல என்று தோன்றியது.

யோகா முகாம்களில் அந்த இளைஞர்கள் சேகரித்த பணம் நன்கொடை என்று அழைக்கப்பட்டது. அவர்களுடைய தேவைகள் மிக மிகக் குறைவாகவே இருந்தன. அவர்களுக்கான சைவ உணவு, வண்டிக்கான எரிபொருள் இவை நீங்கலாக அவர்களுக்குப் பெரிதாகச் செலவு என்று எதுவுமே இல்லை. எனவே கணிசமான தொகையை சேமிக்க அவர்களால் முடிந்தது. ஒரு மலையை விலைக்கு வாங்கி அதற்கு ‘பஞ்சவடி’ என்று பெயரிட்டு மனித குலத்துக்கு இதுவரை தெரியவந்துள்ள மூலிகைச் செடிகள் அனைத்தையும் அந்த மலையில் வளர்க்கவேண்டும் என்ற லட்சியத்துடன் பணம் சேகரித்து வருகிறார்கள்.

எனது வேலை முடிந்ததும் என்னை ஃப்ராங்க்பர்ட் விமான நிலையத்தில் இறக்கிவிட்டுவிட்டுத் தமது கனவு மலையை நோக்கிய பயணத்தைத் தொடர்ந்தனர்.

●

ரவியின் நினைவுக் குறிப்புகள், கருத்தரங்க உரைகள், எழுத்துகள், பேச்சுகள் எல்லாம் ஆயிரம் பக்கங்களுக்கு மேல் இருந்தன. ரவிச் சந்திரன் போஸின் உண்மை ஆளுமை பற்றித் தெரியவேண்டிய விஷயங்களை மட்டுமே நான் சொல்லப்போகிறேன். சுற்றுச்சூழல் மீதான அக்கறை, பூமியில் வாழும் மனிதர்கள், உயிரினங்கள் மீதான அன்பு ஆகியவற்றை அடிப்படையாகக் கொண்ட அந்த கோட்பாடு தான் ரவியின் செயல்பாடுகள், திட்டங்கள் ஆகியவற்றின் அடிநாத மாக இருந்திருக்கின்றன.

17

படித்த கல்லூரியிலேயே ஆசிரியராதல்

ரவி மணிப்பூரில் இரண்டு முறை வேறு பதவிகளுக்கு மாற்றப் பட்டார். மாநில தலைமைச் செயலகத்தில் சில வருடங்கள் பணி புரிந்தார். பிறகு தான் ஐ.ஏ.எஸ். பயிற்சி பெற்ற முசௌரியின் லால் பகதூர் சாஸ்திரி கல்வி மையத்துக்கு துணை இயக்குநராக நியமிக்கப் பட்டார். முசௌரியில் ரவியின் குழந்தைகளுக்கு நல்ல கல்வி கிடைக்கவும் வாய்ப்பு பிரகாசமாக இருந்தது. அதோடு ரவியின் பெற்றோரும் ஆசிரியர்கள் என்பதால், ரவிக்கு ஆசிரியப் பணியில் உள்ளூர ஆசை இருக்கவே செய்தது. அந்த அகாடமி தாராவுக்கும் ஒரு பொருத்தமான பணி கொடுக்கத் தயாராக இருந்தது. அப்படியாக எல்லாம் கடவுள் கொடுத்த நல் வாய்ப்பாக அமைந்தன.

ஐ.ஏ.எஸ். தேர்வில் தேர்ச்சி பெற்றவர்களுக்குப் பயிற்சி தருவதோடு லால்பகதூர் சாஸ்திரி கல்வி மையம் எல்லா சிவில் சர்வீஸ்களுக்கான பயிற்சி வகுப்புகளும் நடத்தி வந்தது. அப்படியாக ஐ.பி.எஸ். ஐ.ஆர்.எஸ்., ஐ.எஃப்.எஸ்., இந்தியன் ஃபாரின் சர்வீஸ், இந்தியன் போஸ்டல் சர்வீஸ் என எல்லாவற்றுக்கான தேர்வுகளில் பாஸானவர் களும் தமது பயிற்சியை இந்த மையத்திலேயே பெற்றனர்.

ரவிக்கு அப்படியாக நம் தேசத்தின் அனைத்து பகுதிகளிலும் பணிபுரியப் பயிற்சி பெற்ற அனைத்து உயர் நிலை அதிகாரிகளுடனும் பரிச்சயம் ஏற்பட வழி பிறந்தது. அரசு நிர்வாகப் பாடப் பிரிவின் புகழ் பெற்ற பேராசிரியராக ரவி திகழ்ந்தார். பயிற்சியாளர்களுக்கு சாகச

நடை பயணங்கள், மலை ஏற்றங்கள், கிராமப்புற மக்களை சென்று சந்தித்தல் என பல களப்பணி பயிற்சிகளும் வழங்கினார்.

கர்வால், குமாவூன், ஹிமாச்சல பிரதேசத்தில் இருந்த எல்லா ட்ரெக்கிங் பாதைகளிலும் போய் வந்தார் ரவி. உத்தரகாசியில் இருந்த நேரு மலையேற்றப் பயிற்சி மையத்தின் உதவியுடன் இளம் பயிற்சியாளர்களை இமயமலையின் அபாயகரமான சாகசம் நிறைந்த மலையேற்றத்துக்கும் அழைத்துச் சென்றுவந்தார்.

கிராமப்புறங்களுக்குச் சென்று மக்களைச் சந்தித்து வந்த வகுப்புகளின் மூலம் நாட்டு மக்களின் வாழ்க்கை குறித்த நேரடி அனுபவங்கள் கிடைத்தன. பல்வேறு மாநிலங்களின் அரசியல் கள நிலவரம் குறித்தும் தெரிந்துகொள்ள முடிந்தது. 'பாரத் தர்ஷன்' என இந்தியா முழுவதுமான பயணத்தையும் மேற்கொண்டிருக்கிறார். அப்படியான பயணங்களின் போது ரவியின் முன்னாள் மாணவர்கள் தமது பணி அனுபவங்களை ரவியுடன் பகிர்ந்துகொள்ளவும் வாய்ப்பு கிடைத்தது. இந்திய யதார்த்தம் குறித்த முழுமையான நேரடியான அனுபவம் அப்படியாக ரவிக்குக் கிடைத்திருந்தது. இந்தியா தன் பழம்பெரும் புகழை எட்டிப் பிடிக்க என்னவெல்லாம் செய்ய வேண்டும் என்ற தெளிவான புரிதல் ரவிக்கு வந்துவிட்டிருந்தது.

18

கும்ப மேளா – கங்கையில் கலக்கும் மனிதப் பெருவெள்ளம்

மக்கள் அனைவருடனும் நல்ல பரிச்சயம் ஏற்படுத்திக்கொள்ள வேண்டுமென்ற நோக்கில் மகாத்மா காந்தி தேசம் முழுவதும் ரயிலில் மூன்றாம் வகுப்பில் பயணம் செய்தார். இந்தப் பயணம் காந்தியின் உடையை மட்டுமல்லாமல் அவருடைய கொள்கையையும் வெகுவாக வடிவமைத்தது.

கும்பமேளாவுக்குப் போயிருந்தபோது இந்தியாவின் ஒரு துண்டை தரிசித்ததாக ரவி தன் டைரியில் எழுதியிருக்கிறார். ப்ரயாக்ராஜ் மாவட்டத்தில் பிரயாகையில் 12 ஆண்டுகளுக்கு ஒரு முறை நடக்கும் புனித நீராடல் திருவிழா. கங்கையில் சில குறிப்பிட்ட நாட்களில் ஸ்நானம் செய்தால் சகல பாவங்களும் தீர்ந்து முக்தியை அடைய முடியும் என்பது நம்பிக்கை. இந்து மதத்தின் பெரிய பிரிவுகள், சிறிய பிரிவுகள் எல்லாமே மனித குலத்தின் துயரங்கள், கேள்விகளுக்கு பதில் தேடியபடி கங்கையின் கரையில் மாதக்கணக்கில் முகாமிட்டிருப்பார்கள்.

லட்சக்கணக்கானோர் வந்து கூடும் அந்த விழாவுக்கு மிக விரிவான திட்டமிடல் பணிகள் செய்யப்பட்டிருக்கும். வேலிகள், பார்க்கிங் வசதிகள், தங்குமிட வசதிகள், கழிப்பறைகள், கூட்ட நெரிசல் நிர்வாகம் என பல விஷயங்கள் ஒழுங்குபடுத்தப்பட்டிருக்கும். யமுனை, கண்ணுக்குத் தெரியாத சரஸ்வதி நதி இரண்டும் கங்கையுடன் சங்கமிக்கும் திரிவேணி சங்கம இடமான பிராயாகைக்கு ரயில்,

பேருந்து வசதிகள் செய்து தரப்பட்டிருக்கும். தற்காலிக பாலங்கள் அமைக்கப்பட்டிருக்கும்.

ஏராளமான காவலர்கள், சுகாதாரத்துறை பணியாளர்கள், தீயணைப்பு வீரர்கள், மீட்புப் பணி வீரர்கள், மின்வாரிய ஊழியர்கள், வருவாய்த்துறை அதிகாரிகள், பல்வேறு சேவை அமைப்பினர் பணியமர்த்தப்பட்டிருப்பார்கள். சாதுக்களின் குழுக்கள் தங்கியிருக்கும் 'அகாரா'க்களும் அங்கு விசேஷமாக அமைக்கப் பட்டிருக்கும். கும்ப மேளாவில் முன்பு பெரும் விபத்துகள் நடந்துள்ளன. கூட்ட நெரிசலைப் பயன்படுத்தி பீதியைத் தூண்டி விபத்தை ஏற்படுத்தும் சதிகளும் நடக்க வாய்ப்பு உண்டு.

இந்த உலகிலேயே அதிக எண்ணிக்கையிலான மக்கள் ஒரே இடத்தில் ஒன்றுகூடும் விழா கும்ப மேளாதான். ரவி கும்ப மேளாவுக்குச் சென்றிருந்தபோது உள்ளூர் கலெக்டர் ரவிக்குப் பாதுகாப்புக்காக ஒரு காவலரை நியமனம் செய்திருந்தார். 'இஸ்கான்' அமைப்பினர் ஏற்பாடு செய்திருந்த இடத்தில் ரவி தங்கினார்.

காவல்துறையினர் அமைத்திருந்த ஒரு கண்காணிப்பு கோபுரத்தில் ஏறி நிகழ்வுகளை முழுமையாகப் பார்க்க விரும்பினார். எங்கு பார்த்தாலும் மக்கள் வெள்ளம் கடல் போல் இருக்கும் காட்சியைப் பார்த்து பிரமித்துப்போனார் ரவி. வேற்றுமையில் ஒற்றுமை, பன்மைத்துவம் என்ற இந்தியாவின் ஆன்மா அந்த இடத்தில் உயிர்ப்புடன் துடித்துக்கொண்டிருப்பதைப் பார்த்தார்.

சி.ஐ.எஸ்.எஃப். துறையினர் ரவிக்கு ஒரு பைனாகுலரும் தந்திருந்தனர். கண்காணிப்பு கோபுரத்தின் மேலே ஒரு பாய் விரித்து ரவி வசதியாக உட்கார்ந்துகொண்டார். அங்கு வந்து சேர்ந்த பிற அதிகாரிகள் தமது பணியின் நுட்பமான விஷயங்கள் பற்றிப் பகிர்ந்து கொண்டனர். இடையிடையே நொறுக்குத் தீனிகள் வந்தவண்ணம் இருந்தன. மாலை வரை அங்கு இருந்து விழாவின் பிரமாண்டத்தை ரசித்தார்.

இந்தியாவின் விஸ்வரூபம் அங்கு தெரிந்தது. ரவி அதை உயரமான இடத்தில் அமர்ந்தபடி நன்கு பார்த்து ரசித்தார். செல்வச் செழிப்பு மிக்கவர்களும் அதிகாரவர்க்கத்தினரும் தமது வாகனங்களில் பாதுகாப்புடன் கங்கைக் கரையில் இருந்த வி.வி.ஐ.பி. படித்துறை களுக்கு அழைத்துச் செல்லப்பட்டார்கள். அங்கிருந்த நீரானது துப்புரவுப் பணியாளர் படையால் அடிக்கடி சுத்தம் செய்யப்பட்டது.

இரண்டாம் நிலை அதிகாரவர்க்கத்தினர் தமது செல்வாக்கைப் பயன்படுத்தி வி.ஐ.பி. படித்துறைகளுக்கு அருகில் தமக்கும் குளிக்க

வாய்ப்பு கிடைக்கும்படி செய்துகொண்டிருந்தார்கள். தடுப்பு வேலிகளினூடாக பல கிலோமீட்டர் வரிசையில் காத்து நின்று கங்கைக் கரையை அடையும் எளிய பக்தர்களுக்கு சேறும் சகதியுமான படித்துறையில் சீக்கிரம் சீக்கிரமாக முங்கிவிட்டு எழ வேண்டியிருந்தது.அவர்கள்தான் அங்கு வந்தவர்களிலேயே அதிக அர்ப்பண உனர்வும் பக்தியும் கொண்டிருந்தனர். அவர்கள்தான் மிக அதிக சிரமங்களைச் சந்திக்க நேர்ந்தது. அவர்கள்தான் எந்தப் புகாரும் இல்லாமல் அனைத்தையும் கடந்து சென்றனர்.

திடீரென்று மழை பெய்யத் தொடங்கியது. மறைவுகள் உள்ள இடங்கள் மிகவும் குறைவு என்பதால் பலரும் நனைய நேர்ந்தது. வழுக்கும் பாதையில் நனைந்த உடைகளுடன் மக்கள் கூட்டம் நகர்ந்தது. பலரிடம் மாற்று உடை எதுவும் இருந்திருக்கவில்லை. எனவே நனைந்த உடைகளை உடம்புச் சூட்டில் உலரும்படி விட்டு விட்டனர். குழந்தைகளைத் தொலைத்த பெற்றோர்கள் காணாமல் போனவர்களை வைத்துப் பாதுகாக்கும் காவல் முகாம்களைத் தேடி ஓடினர். வயதானவர்கள் தட்டுத் தடுமாறி குளித்துக் கரையேறினார்கள்.

குடும்பமாக, நண்பர்களுடன் சில நேரங்களில் ஒட்டு மொத்த கிராமமே கூட்டமாக குழுவாக வந்திருந்தன. எல்லா வயது ஆண்கள் பெண்கள், எல்லா ஜாதியினர், இந்தியாவின் அனைத்து மொழி பேசும் மக்கள், பல்வேறுவித உடை அணியும் மக்கள் என இந்தியாவின் குறு வடிவமாக பிரயாகை காட்சியளித்தது. கிராமத்தின் எல்லையைத் தாண்டியதும் மக்களின் அடையாளம் அப்படியே முற்றாக மாறிவிட்டது. கங்கையில் வர்க்க பேதம்தான் இருந்தது; ஜாதி பேதம் முற்றாக மறைந்துவிட்டது!

இவ்வளவு நேரம் பொறுமையாக அனைத்தையும் சமாளித்துவந்த காவலர்கள் மெள்ள நகைச்சுவையாகப் பேச ஆரம்பித்தனர். இவ்வளவு மக்கள் இங்கு கூடுகிறார்களே... அப்படி என்னதான் குற்றங்கள் செய்துவிட்டிருக்கிறார்கள்... இப்படி வந்து பாவங்களைப் போக்கிக்கொள்ளப் பார்க்கிறார்கள் என்று வேடிக்கையாகக் கேட்டார் க்ரைம் பிராஞ்ச் இன்ஸ்பெக்டர்.

இந்த அப்பாவிகளுக்கெல்லாம் தப்புத் தண்டா செய்யவெல்லாம் தெரியாது என்று சொன்னார் ஒரு ஹெட் கான்ஸ்டபிள். புலனாய்வுத்துறை சப் இன்ஸ்பெக்டர் குறுக்கிட்டுச் சொன்னார் யாரையும் நம்ப முடியாது.

சி.ஆர்.பி.எஃப். ஹவால்தார் சொன்னார்: இதில் நிறையபேர் நக்சலைட்டுகளாக இருப்பார்கள். இன்னொரு காவல்துறை அதிகாரி

அந்தக் கூட்டத்தில் விலை மகள்கள், அவர்களுடைய உதவியாளர் களைத் தேடிக் கொண்டிருந்தார்.

காவலர்கள் ஒவ்வொருவராக தத்தமது ஷிப்ட்களில் வந்து அமர்ந்து ரவிக்கு மனிதர்கள் பற்றியும் வாழ்க்கை பற்றியும் புதிய விளக்கங்களைத் தந்தவண்ணம் இருந்தனர்.

பிறகு ரவி பல்வேறு சாதுக் குழுக்களைச் சென்று பார்த்தார். மதத்தின் வலிமையை அவர் அங்கு புரிந்துகொண்டார். பலர் தமது இளமையைத் துறந்து மடாலயப் பணிகளில் ஈடுபட்டுவந்தனர். மான் தோலில் அமர்ந்துகொண்டு சங்கராச்சாரியார்கள் ராஜ கம்பீரத்துடன் பக்தர்களுக்கு ஆசி வழங்கினர். மக்களுக்கு தம்மை அர்ப்பணிக்க ஏதாவது ஒன்று தேவை என்பது நன்கு புரிந்தது.

கும்ப மேளாவின் விசேஷமான அம்சங்களில் ஒன்று நாக சாதுக்கள். உடம்பெல்லாம் விபூதி பூசிய நிர்வாண சாதுக்கள். மிகக் கடினமான ஹடயோக ஆசனங்களை மிக எளிதில் செய்வார்கள். இந்த சாதுக்களில் பலர் எங்கும் உட்காருவதே இல்லை. பல யோக நிலைகளில் இருந்தபடி சாதனைகள் புரிந்தவர்கள் பலர் உண்டு. பல சாதுக்கள் உடல் உறுப்புகள் அனைத்தையும் ஒரே விதமாகப் பாவிக்கும் மனம் கொண்டிருந்தனர். நிர்வாணமான அவர்களது காலில் விழுந்து பக்தர்கள் ஆசிபெற்றனர்.

கும்பமேளாவைப் பார்த்த ரவி, தான் எழுதிய டைரிக் குறிப்பில், நம் தேசத்தின் சக்தி அளப்பரியது என்று குறிப்பிட்டிருக்கிறார். ஒரு ஒட்டுமொத்த தலைமுறையும் உள்ளும் புறமுமாக சிறைப்படுத்தப் பட்டிருப்பதாக அவர் குறிப்பிட்டிருந்தார். ‘மக்களுக்கு ஒரு இலக்கு, கனவு, வழிகாட்டுதல் தேவை. தம்மை முழுமையாக ஒப்படைக்க அவர்களுக்கு ஒரு லட்சியம் தேவை. தமது இலக்குகள், ஆசைகள், எதிர்பார்ப்புகள் நிறைவேற அடுத்த பிறவிக்காகக் காத்திருக்க அவர்கள் தயாரில்லை. மக்களால் நிச்சயமாகத் தமது வாழ்க்கையை மேம்படுத்திக்கொள்ள முடியும்’.

19

தெளிவடைந்த லட்சியங்கள்

லால்பகதூர் சாஸ்திரி கல்வி மையத்தில் ரவி நியமிக்கப்பட்டது அவருடைய வாழ்க்கையில் முக்கியமான திருப்புமுனையாக அமைந்தது. அங்கு இருந்த அருமையான நூலகம், மின்னணு ஆவணங்கள் இவற்றை விரிவாகப் படித்துப் பார்க்கும் வாய்ப்பு கிடைத்தது. அரசாங்க நிர்வாகம் தொடர்பாக வகுப்புகள் எடுத்ததோடு நிலையான, தன்னிறைவான வளர்ச்சி குறித்தும் விரிவுரைகள் நிகழ்த்தினார். சுற்றுச்சூழலுக்கு ஏற்பட்டுவரும் அபாயங்கள் அவரை வெகுவாக பாதித்தன.

புவு வெப்பமாதல், ஒற்றைப் பயிர் வளர்ப்பு முறை, காடுகள் அழிப்பு, நிலத்தடி நீர்மட்டம் குறைதல், அணு மற்றும் பிற வேதிக் கழிவுகளின் அதிகரிப்பு, காற்று மாசு, நீர்நிலைகள் மாசுபடுதல், மாநகராட்சிக் குப்பைக் கழிவுகள் என பல விஷயங்கள் சுற்றுச்சூழலுக்கு ஏற்படுத்தும் தீமைகள் குறித்து ரவி பெரிதும் கவலைகொண்டார்.

லால்பகதூர் சாஸ்திரி கல்வி மையத்தில் அவர் இருந்த காலமானது இந்த விஷயங்கள் குறித்து நன்கு தெரிந்துகொள்ளவும் தெளிவாகத் திட்டமிடவும் பெரிதும் உதவிகரமாக இருந்தது. தண்ணீர்க்காக பிற்காலத்தில் ஏற்படவிருக்கும் போர்கள், வறட்சிகள், மனித இடப் பெயர்ச்சிகள், தாவர-விலங்கு உயிரினங்களின் பேரழிவுகள், பயிர் விளைச்சலில் ஏற்படவிருக்கும் இழப்புகள் என மனித இனம் வருங்காலத்தில் மிகப் பெரிய துயரங்களை, சிரமங்களைச் சந்திக்கவிருப்பது குறித்து முன்கூட்டியே உணர்ந்துகொண்டார்.

இப்படி இந்தப் பிரச்னையின் பூதாகாரம் அவருக்குத் தெரிந்ததைத் தொடர்ந்து அதற்கான தீர்வுகளைத் தேடுவதிலும் அவர் தீவிரமாக ஈடுபட்டார். தவம் மேற்கொள்வதுபோல் சுற்றுச்சூழல் தொடர்பான தகவல்களைச் சேகரித்துக்கொண்டு மனித இனத்தை அந்தப் பேரழிவில் இருந்து காப்பாற்ற முயன்றார்.

இமயமலையின் நடுவில் அமைந்திருக்கும் சிறிய, அமைதியான மலை வாசஸ்தலம் முசௌரி. ஆனால், அது அதிக மக்கள்தொகை, போக்குவரத்து நெரிசல்கள், நீராதாரங்கள் முற்றாக சீர்குலைந்து போவது, பெரிய அளவிலான காற்று மாசு என பல நவீன கால பிரச்னைகளால் பீடிக்கப்பட்டிருந்தது. மிகப் பெரிய வெள்ளங்கள், நில நடுக்கங்கள் ஆகியவை சீர்குலைந்து வரும் மலைத்தொடர்களில் நிலையான, இயற்கையோடு இசைந்த வளர்ச்சித் திட்டங்களின் அவசியம் குறித்து அவருக்குப் புரியவைத்தன.

20

சூழலியல் போரின் நாயகன்

தேராதூனில் சுற்றுச்சூழல் அமைப்புகள் ஒரு மாபெரும் சர்வ தேச மாநாடு நடத்த முடிவெடுத்தன. சுற்றுச்சூழல் மீதான அக்கறை, நிர்வாகத் திறமை, அதிகாரவர்க்கத்தில் இருக்கும் செல்வாக்கு, நிதி திரட்டுவதில் இருக்கும் சாமர்த்தியம் ஆகியவற்றின் அடிப்படையில் அந்த மாநாட்டுக் குழுவின் தலைவராக ரவி நியமிக்கப்பட்டார்.

தேசிய அளவிலும் சர்வ தேச அளவிலும் புகழ் பெற்ற சுற்றுச்சூழல் ஆர்வலர்கள் அந்த மாநாட்டில் பங்கு பெற்றனர். சுற்றுச்சூழல் மற்றும் வனத்துறை அமைச்சகத்தில் இருந்து பல அதிகாரிகள் அதில் பங்குபெற்றனர். பல அரசு சாரா நிறுவனங்கள், சுற்றுச்சூழல் துறை சார்ந்த நிபுணர்களும் கலந்துகொண்டனர். தொழில்துறையும் இந்த மாநாட்டில் அக்கறை காட்டியது.

பெரு நிறுவனங்கள் சி.எஸ்.ஆர். செயல்பாடுகளுக்காக ஒதுக்கிய நிதியானது இந்த மாநாட்டுச் செலவினங்களைச் சமாளிக்கப் பெரிதும் உதவியது. சர்வதேச சுற்றுச்சூழல் நிறுவனங்கள் இந்த மாநாட்டில் பங்கெடுத்தன. மிகப் பெரிய அளவில் நடந்த இந்த மாநாட்டை ஒழுங்குசெய்யப் பெரும் நிதியும் நிர்வாகத் திறமையும் தேவைப் பட்டது. சட்டம் ஒழுங்கு சார்ந்த விஷயங்களை கவனித்துக் கொள்ளுதல், தீயணைப்பு இன்னபிற இடர்பாடுகளைக் களைதல், நேர்த்தியான தகவல் தொடர்பு, வைஃபை, கலாசார நிகழ்ச்சிகள், வருகையாளர்களுக்கான மனமகிழ் ஏற்பாடுகள், சுற்றுலா ஏற்பாடுகள் என பல விஷயங்களைச் செய்யவேண்டியிருந்தது.

ஏராளமான பல்கலைக் கழக மாணவர்கள், தன்னார்வலர்கள் என பலரை ஒருங்கிணைத்து நிகழ்ச்சி ஏற்பாடுகள், விருந்தினர் வரவேற்பு, உபசரிப்பு, பாதுகாப்பு ஏற்பாடுகள் ஆகியவற்றைச் செய்ய வேண்டியிருந்தது. தேராதூனில் இப்படியான சர்வதேச அளவிலான மாநாடு சுற்றுச்சூழல் சார்ந்து நடப்பது இதுவே முதல் தடவை. எனவே, ரவியும் அவருடைய குழுவும் ஒருமித்த சிந்தனையுடன் இரவு பகல் பாராமல் பம்பரமாகச் சுற்றிச் சுற்றி அனைத்தையும் செய்து முடித்தனர்.

சுற்றுச்சூழல் பிரச்னை என்பது மிகவும் சவாலான விஷயம். அதிலும் உத்தராகண்ட் மாநிலம் அப்போதுதான் ஒரு மிகப் பெரிய இயற்கைப் பேரழிவில் இருந்து மீண்டுவந்திருந்தது. மாநாட்டுக்கு அழைக்கப் படுபவர்களை மிகவும் கவனமாகத் தேர்ந்தெடுத்தனர். ஊடகங்கள் அனைத்தும் இந்த மாநாட்டை உற்சாகத்துடன் ஒளிபரப்ப முன்வந்தன.

ரவியைப் பொறுத்தவரையில் அவருடைய வாழ்நாளில் அவருக்குக் கிடைத்த மிக மிக முக்கியமான வாய்ப்பு இது. தன்னுடைய கோட்பாட்டை உலக அளவில் கொண்டுசெல்லக் கிடைத்த நல்ல வாய்ப்பு. இத்தனை ஆண்டுகளில் சுற்றுச்சூழல் சார்ந்து ஒரு மாற்றுத் திட்டத்தை அவர் வடிவமைத்துவிட்டிருந்தார். அந்தத் திட்டம் பூதாகரமானதாக இருந்தது. தனி நபரால் செய்ய முடியாத பிரமாண்டம் அது. அந்தத் திட்டத்தை மற்றவர்களுடன் உடனே பகிர்ந்துகொள்ள விரும்பினார். அந்தத் திட்டம் உண்மையில் அவர் மூலமாக உலகுக்குக் கிடைக்கவிருந்த ஒரு பெரிய வரம். அதை வெளியிட சர்வதேச மாநாடுதான் சரியான இடம்.

காற்று, நீர் மாசு, ஓஸோன் படல ஓட்டை, புவி வெப்பமயமாதல், பாலைவனமாதல், மாநகரக் கழிவுகள், அபாயகரமான கழிவுகள், மண் அரிப்பு, மருத்துவக் கழிவுகள், மின் கழிவுகள், அணுக் கழிவுகள், பிளாஸ்டிக் கழிவுகள் போன்ற பல்வேறு அபாயங்கள் குறித்து மாநாட்டில் கட்டுரைகள் வாசிக்கப்படவிருந்தன.

நிபுணர்கள் தொடங்கி மாணவர்கள்வரை பலரும் இது தொடர்பாக முன்வைத்த கருத்துகள் பூமி மிகப் பெரிய அபாயத்தில் இருப்பதை அழுத்தமாக உணர்த்தின. ஆனால், இந்த மாநாடானது ஒருவகையில் துறை சார் நிபுணர்கள் தமக்குள்ளாகப் பரிமாறிக் கொள்ளும் நிகழ்வாக மட்டுமே இருந்தது. சாதாரண எளிய மனிதர்களுக்குப் புரியும் வகையில் அல்லது அவர்களைச் சென்றடையும் வகையில் எந்தத் திட்டமோ செயல்பாடோ இருந்திருக்கவில்லை. சுற்றுச்சூழல் சார்ந்த விழிப்புணர்வை மக்களிடம் ஏற்படுத்த ஒரு கவர்ச்சிகரமான பிரபலம் தேவையாக இருந்தார். மக்களைக் கவர்ந்து இழுக்கும் தன்மை

கொண்டவராக, அவர் சொல்வதை மக்கள் கேட்டுச் செயல்படத் தொடங்குவார்கள் என்ற வகையில் ஒரு பிரபலம் தேவையாக இருந்ததை ரவி உணர்ந்தார்.

பாலிவுட் திரைப்பட நடிகர்கள், விளையாட்டுவீரர்கள் போன்றவர்கள் மாநாட்டுக்கு வந்தால் மக்களிடையே பெரும் வரவேற்பும் கவனமும் கிடைக்கும். ஆனால், மாநாட்டின் நோக்கம் திசை திரும்பிவிடும். பழங்குடிக் குழுக்கள், அரசு சாரா நிறுவனங்கள், இசைக் கலைஞர்கள், இசைக்குழுக்கள் அழைக்கப்பட்டால் நிகழ்ச்சிக்கு கூடுதல் பலம் கிடைக்கும். ஆனால், சுற்றுச்சூழல் பற்றி மக்களிடையே ஒரு இயக்கமாக உத்வேகம் ஏற்பட இவற்றால் எந்தப் பெரிய நன்மையும் இருக்காது. தீவிரமாக யோசித்த ரவிக்கு யாரை அழைக்கவேண்டும் என்பது சட்டென்று ஒரு நாள் புரிந்தது.

21

தாத்தாவின் வருகை

தாத்தாவைச் சிறப்பு விருந்தினராக அழைக்கலாம் என்று ரவி தீர்மானித்தார். தாத்தா போன்ற கதாநாயகர்தான் விழாவுக்கு இன்னொரு பரிமாணத்தைத் தரமுடியும் என்று முடிவுசெய்தார். ஆனால், புகழ் வெளிச்சத்தைக் கண்டு மயங்காமல், சுதந்தரமாக வாழ்ந்து பழகிய தாத்தாவை எப்படி இந்த நிகழ்ச்சிக்கு அழைப்பது?

மாவட்ட கலெக்டரை அழைத்துக்கொண்டு தாத்தாவைச் சந்திக்க ரவி புறப்பட்டார். மாவட்ட கலெக்டருக்கு மிகப் பெரிய மரியாதையும் முக்கியத்துவமும் உண்டு. இந்த ஆட்சிப் பணியாளர்கள் பொதுவாக இளைஞர்களாக, சுறுசுறுப்பும் ஆர்வமும் கொண்டவர்களாக இருப்பது வழக்கம். அவர்களுடைய பணி வாழ்க்கையின் முதல் கட்டத்தில் இருப்பார்கள் என்பதால் மிகவும் பணிவானவர்களாக, நல்லெண்ணம் கொண்டவர்களாக, கறைபடியாத மனம் கொண்டவர்களாக இருப்பார்கள்.

ஐ.ஏ.எஸ். பதவிதான் அரசாங்கப் பதவிகளிலேயே நேர்மையும் செயல் திறமையும் கொண்ட ஒரே பதவி என்றே சொல்லலாம். பல பிரச்னைகளுக்குத் தீர்வு காணவேண்டிய முக்கிய அரசாங்கப் பதவி இதுதான். ரவி தானும் அந்தப் பதவியில் இருந்திருந்ததால் அதன் முக்கியத்துவம் அனுபவபூர்வமாகவே அவருக்குத் தெரிந்துமிருந்தது. எனவே, ரவி அந்த மாவட்ட கலெக்டரை அழைத்துக்கொண்டு தாத்தாவைப் பார்க்கச் சென்றார்.

எதிர்பார்த்ததுபோலவே தாத்தா மாநாட்டுக்கு வர முடியாது என்று சொல்லிவிட்டார். அவரைப் பொறுத்தவரையில் இப்படியான

மாநாடுகளில் சிறப்பு விருந்தினராகப் போகும் நேரத்தில் நான்கு மரக்கன்றுகளை நட்டால் பிரயோஜனமாக இருக்கும்.

ரவி பொறுமையாக, அந்த மாநாட்டின் முக்கியத்துவம் பற்றியும் தாத்தாவின் வருகை எப்படியான உத்வேகத்தை எளிய மக்கள் மனதில் ஏற்படுத்தும் என்பதையும் எடுத்துச் சொன்னார். தாத்தா இந்த மாநாட்டுக்கு வந்தால் நாட்டின் பிற பகுதிகளில் இருக்கும் மக்களும் உந்துதல் பெற்று தத்தமது ஊர்களில் இதுபோல் மரம் நடத் தொடங்குவார்கள் என்று சொன்னவர், சிறிது இடைவெளிவிட்டு, 'சங்கராபுரத்திலும் இப்படியான காடு உருவாக வழிபிறக்கும்' என்று தாத்தாவைக் கூர்ந்து பார்த்தபடியே சொன்னார். தொடவேண்டிய இடத்தைத் தொடவேண்டிய நேரத்தில் தொட்டார். சங்கராபுரம் என்று சொந்த ஊரின் பெயரைக் கேட்டதும் தாத்தா சட்டென்று நிமிர்ந்து பார்த்தார். அவர் கண்களில் அப்போது தெரிந்த ஒளி ரவிக்கு, அம்பு இலக்கைத் தைத்துவிட்டது புரிந்தது.

தாத்தா மாநாட்டுக்கு வரச் சம்மதித்துவிட்டார். சில நிபந்தனைகள் விதித்தார். மாநாட்டுக்கு சொந்தக் காசில்தான் வந்துபோவேன்; ரவியின் விருந்தினராக ரவியின் வீட்டில்தான் தங்குவேன்; ரவியுடனே இருப்பேன்; மாநாட்டில் எதுவும் பேசவோ, பேட்டிக் கொடுக்கவோ மாட்டேன்.

அப்படியாக தாத்தா சங்கராபுரம் அல்லாமல் வேறொரு ஊருக்காக முதன் முதலாக ரயில் ஏறினார்.

மாநாடு நடப்பதற்கு மூன்று நாட்களுக்கு முன்னதாக தாத்தா வந்து சேர்ந்தார். ரவியின் பங்களாவில் தங்கினார். வந்து சேர்ந்த மறுநாளே வேட்டியை மடித்துக் கட்டிக்கொண்டு பக்கத்தில் இருந்த காட்டில் மர விதைகளைத் தேடிப் புறப்பட்டுவிட்டார். எந்த ஊரில் இருந்தாலும் சுவாசிப்பதை மாற்றிக்கொள்கிறோமா... சாப்பிடுவதை நிறுத்திக் கொள்கிறோமா என்ன... தாத்தாவுக்கு மரக் கன்றுகளை நடுவதுதான் சுவாசிப்பதுபோல். எனவே அவர் தேராதூனிலும் மரக் கன்றுகளை, விதைகளை நடத் தொடங்கினார். செல்லும் இடங்களையெல்லாம் நனைக்கும் மழை மேகம் போல் தாத்தா தன் கால் தடம் பதியும் இடங்களில் எல்லாம் மரங்களை நட ஆரம்பித்தார்.

ரவியின் குடும்பத்தினர் காலையில் எழுந்து பார்த்தபோது தாத்தா விதைகளைத் தூவ ரவியின் பங்களாவைச் சுற்றி சிறு குழிகளை வெட்டி முடித்திருந்தார். ரவியின் குழந்தைகள் கண்ணைக் கசக்கியபடியே எழுதுவந்து தாத்தா செய்வதை ஆர்வத்துடன் பார்த்தனர். அன்று பள்ளிக்கு மட்டம் போட்டுவிட்டு தாத்தாவுடன் இருந்து மரம் நடும் கலையைக் கற்றுக் கொண்டனர்.

தந்தையைத் தவிர மணிப்புரி மொழியில் பேசும் ஒரு நபரை குழந்தைகள் அப்போதுதான் அங்கு பார்க்கின்றனர். அதுவும் அவர்களுக்கு மிகுந்த உற்சாகத்தைத் தந்தது. ரவியின் குழந்தைகள் தாத்தாவுடன் நெருக்கமாகிவிட்டனர். அவர் அங்கு இருந்தவரை தாத்தாவுடனே இருந்தனர்.

தாத்தா சமையலறைக்குள் நுழைந்து தாராவுக்கும் உதவி செய்தார். மணிப்புரி உணவு, தமிழகத்து விருந்து என செய்து அசத்தினார். நீண்ட காலத்துக்குப் பிறகு ரவி காலை உணவாக இட்லி சாம்பார் சாப்பிட்டார். மாலையில் சுடச்சுட வடையும் தேங்காய் சட்னியும் வயிறாரச் சாப்பிட்டார். தாராவுக்கும் தாத்தாவை ரொம்பவே பிடித்துப்போயிற்று. சொந்தபந்தங்களை விட்டு வெகு தொலைவில் வாழும் ரவியின் குடும்பத்தினருக்கு நிஜமான தாத்தாவாகவே நம் தாத்தா ஆனார்.

அடுத்த நாள் குழந்தைகளும் அதிகாலையிலேயே எழுந்து தாத்தாவுடன் காட்டுக்குச் சென்று மர விதைகளைச் சேகரித்து வந்தனர். வாட்ச்மேன் அவர்களுக்குத் துணையாக வந்தார். குழந்தை களைத் தொழுவத்துக்கு அழைத்துச் சென்று பால் கறப்பது எப்படி என்று தாத்தா கற்றுக்கொடுத்தார். மணிப்புரி மற்றும் தமிழகத்து நாட்டுப்புறக் கதைகளைச் சொல்லி குழந்தைகளை மகிழ்ச்சியில் ஆழ்த்தினார். இந்த வித்தியாசமான முதியவர் குழந்தைகளை மந்திரம் போட்டதுபோல் மயக்கினார்.

மாநாட்டின் தொடக்க நாளில் அணிந்துகொள்வதற்காக தாத்தாவுக்கு புதிய வேஷ்டி சட்டைகள் தரப்பட்டன. அவருக்கு அதை அணிய ரொம்பவே தர்மசங்கடமாக இருந்தது. எனினும் காலணிகள் எதுவும் அணிய மாட்டேன் என்று பிடிவாதமாக மறுத்துவிட்டார். அவர் தன் வாழ் நாளில் அதுவரை காலணிகள் அணிந்ததே இல்லை. இயற்கை அன்னையுடனான ஸ்பரிசம் அவருக்கு எப்போதும் இருந்துகொண்டே இருக்கவேண்டும். மாநாட்டுக்கு வந்த தாத்தா ஒரு குழந்தையைப் போல் எப்போதும் ரவியையே ஒட்டிக்கொண்டு இருந்தார்.

முதலமைச்சர் தொடக்க உரை நிகழ்த்தினார். தேசத்தில் ஏற்படும் வெள்ளங்கள், நிலச்சரிவுகள் பற்றி பேசினார். அவருடைய அரசாங்கம் இயற்கைப் பேரிடர்களைச் சமாளிக்க எடுத்துவரும் முயற்சிகள், நிவாரணப் பணிகள் பற்றிப் பட்டியலிட்டார். அவருடைய உரையானது புள்ளிவிவரங்கள், எண்கள், தரவுகள் என நிரம்பி வழிந்தது. அரங்கில் இருந்தவர்கள் சீக்கிரமே அவருடைய உரையில் ஆர்வம் இழந்துவிட்டனர். இயற்கையோடு இசைந்த வளர்ச்சி தொடர்பாகத் தனது அரசுக்கு இருக்கும் கடமை, அக்கறை பற்றியும் விலாவாரியாகப் பேசினார்.

அதைத் தொடர்ந்து துறை சார் நிபுணர்கள், சிறப்பு பேச்சாளர்கள், கட்டுரையாளர்கள் என வரிசையாகப் பேசினார்கள். மாநாட்டுக்கு நிதி உதவி வழங்கிய புரவலர்கள் தமது நிறுவனங்களின் பொருட்களை விளம்பரத்துக்கு வைத்திருந்தனர். தமது சமூக அக்கறை சார்ந்த நலத்திட்டங்கள் பற்றிய விளம்பரப் பலகைகளைப் பார்வைக்கு வைத்திருந்தனர். சுற்றுச்சூழல் மீது தமக்கு இருக்கும் அக்கறையைப் பட்டியலிட்டனர்.

பல்வேறு கலந்துரையாடல்கள், செமினார்கள் நடந்தன. எங்கு பார்த்தாலும் ஒரே கிராஃப்கள், எண்கள், புள்ளிவிவரங்கள், வரைபடங்கள், ஸ்லைடுகள், பவர் பாய்ண்ட் பிரசண்டேஷன்கள் என மிரட்டின. அவற்றை மேலோட்டமாகப் பார்க்கும் ஒருவர் உலகம் என்ன மாதிரியான அபாயத்தில் சிக்கியிருக்கிறது என்பதைத் தெரிந்துகொண்டு பதற ஆரம்பித்துவிடுவார்.

இயற்கை வளங்கள் காலியாகப் போகின்றன... சுற்றுச்சூழல் சீர்கெடப்போகிறது... வெள்ளம், வறட்சி, நிலநடுக்கம் என பூமி அழியப் போகிறது என அவை பயமுறுத்தின. ஆனால், இவையெல்லாம் ஏதோ ஒருவகையில் எங்கோ யாருக்கோ நடக்கப் போவதுபோலவே மக்கள் இவற்றின் முக்கியத்துவத்தை உணர்ந்துகொள்ள முடியாதது போலவே விலகியே இருந்தன.

தாத்தா ரொம்ப நேரத்துக்கு அந்த அரங்கில் யாருக்கும் தெரியாத நபராக மறைந்து திரிய முடிந்திருக்கவில்லை. ஒட்டு மொத்த அரங்கமும் தாத்தா பக்கம் மெள்ளத் திரும்பத் தொடங்கியது. வந்திருந்தவர்கள் அனைவரும் அவருடன் புகைப்படம் எடுத்துக்கொள்ள ஆசைப் பட்டனர். அயல் நாட்டுப் பிரதிநிதிகள் அவரைச் சந்தித்துப் பேச விரும்பினர். ஊடகங்கள் அவரை பேட்டி காண விரும்பின. தாத்தாவுக்கு சிவப்புக் கம்பள வரவேற்பு கிடைத்ததுபோல் இருந்தது. டி.வி. கேமராக்கள் தாத்தாவை நோக்கித் திருப்பப்பட்டன. ஒளி வெள்ளம் அவர் மீது பாய்ச்சப்பட்டது. மைக்குகள் அவர் முன் வைக்கப்பட்டன. ஆனால், தாத்தாவோ ஒரு வார்த்தை கூடப் பேசவில்லை. ரவியே அவர் சார்பில் பேசினார்.

ஊடகங்கள், நிகழ்ச்சிப் புரவலர்கள், அரசு சாரா நிறுவனங்கள், பல்கலைக் கழக மாணவர்கள், நிபுணர்கள், அயல் நாட்டுப் பிரதிநிதிகள் என அரங்கில் இருந்தவர்கள் அனைவரும் ரவி அறிவிக்க இருக்கும் செயல் திட்ட வரைவு பற்றித் தெரிந்துகொள்ளப் பெரும் ஆவலுடன் இருந்தனர்.

22

மாற்றம் சாத்தியமா?

ரவி தன் அற்புதமான உரையை ஆரம்பித்தார். தனது கொள்கை, அக்கறை, வியூகங்கள், இலக்கு, இலக்கை அடைவதற்கான பாதை என நிதானமாக, அழுத்தமாக, தெளிவாக விவரித்தார்.

'அரசியல் கட்சிகள் எல்லாவற்றின் கொள்கைப் பிரகடனங்களும் ஏழைகளுக்கு ஆதரவாக இருப்பவையாகவே இருக்கின்றன. ஆனால், அந்தக் கட்சிகள்தான் ஏழைகள் ஏழைகளாகவே இருப்பதற்கும் காரணமாக இருக்கின்றன. மேலும் சமூகத்தில் இருக்கும் அனைத்து ஏற்றத் தாழ்வுகளுக்கும் காரணமானவர்களாகவும் இருக்கின்றன. சமூகத்தில் பல்வேறு கொள்கைகள், கோட்பாடுகள் நடைமுறையில் இருக்கின்றன. ஆனால், அதன் பிறகும் பணக்காரர் மேலும் பணக்காரராக ஆகிக்கொண்டே இருக்கிறார். ஏழைகள் வாழவே முடியாத நிலைக்குச் சென்றுகொண்டிருக்கிறார்கள்.

நாம் எந்த அளவுக்கு ஏழ்மையை ஒழிப்பதாகப் பேசுகிறோமோ அந்த அளவுக்கு அது அதிகரித்துவருகிறது. சமூக நீதிக்காகப் பாடுபடும் கட்சிகள் சமூகத்தில் பின்தங்கிய நிலையில் இருப்பவர்களை சமூகத்தில் முன்னேறிய நிலையில் இருப்பவர்களுக்கு எதிராக நிறுத்துகிறார்கள்.

வலதுசாரிகள் என்ன சொல்கிறார்களென்றால் சிறுபான்மையினரை தாஜா செய்வது சரியல்ல. பெரும்பான்மையினருக்கு அவர்களுக்கு உரியது கிடைத்தாகவேண்டும் என்கிறார்கள்.

இடதுசாரிகள் ஏழைகளைப் பணக்காரர்களுக்கு எதிர்நிலையில் வைக்கிறார்கள்.

நடுவாந்தரமாக இருப்பவர்கள், இரண்டுக்கும் இடையில் ஒரு பாதையைத் தேடுகிறார்கள். ஆனால் இவை எல்லாவற்றுக்கும் அடிப்படையாக இருப்பதென்னவோ ஜாதி, மதம், மொழி சார்ந்து மக்களை வாக்கு வங்கிகளாகப் பிரிக்கும் அரசியல் புத்திதான் இருக்கிறது.

போராட்டங்கள், ஊர்வலங்கள், தர்ணாக்கள், மறியல்கள் என்ற புதிய அரசியல் செயல்பாடுகளும் எதிர்பார்த்த விளைவுகளைத் தந்துவிட வில்லை. வெளிப்படைத் தன்மை, விளைவுகளுக்குப் பொறுப் பேற்கும் பண்பு ஆகியவை ஓரங்கட்டப்பட்டுவிட்டன. அரசியல் கட்சிகள் தமது எண்ணங்களை மறைமுகமாக நிறைவேற்றிக்கொள்ளும் நோக்கிலேயே ஒவ்வொரு பிரச்னையையும் அணுகுகிறார்கள்.

இரு கட்சி ஆட்சி அமைப்பில் ஒவ்வொரு கட்சியும் அடுத்தவர் மேல் பழியைப் போடுகின்றன. ஆனால் நெருக்கடி நேரங்களில் அவை தேச நலனுக்காக ஒரே அணியில் திரளுகின்றன. பல கட்சிகளைக் கொண்ட நம்முடைய ஜனநாயக அமைப்பில் நிரந்தர நண்பர்களும் இல்லை; எதிர்த் தரப்புகளும் இல்லை. எதிரும் புதிருமாக இருப்பவர்கள் பரஸ்பரம் குற்றச்சாட்டுகளை முடிவற்று வீசிக் கொள்கிறார்கள். ஒரு கட்டத்தில் எதிர்க்கட்சி என்றால் ஆளும் கட்சி செய்யும் எல்லா வற்றையும் எதிர்த்தாகவேண்டும் என்ற நிலை வந்துவிடுகிறது. நேற்று வரை நண்பர்களாக இருந்தவர்களை திடீரென்று வசை பாடுகிறார்கள். நேற்றுவரை வசைபாடியவர்களை திடீரென்று பாராட்ட ஆரபிக் கிறார்கள். மக்களுக்கு என்ன நடக்கிறது என்பதே புரிவதில்லை. இப்படியே தொடர்ந்து நடந்து வந்ததால் மக்கள் இப்போது அரசியல் வாதிகளை சந்தர்ப்பவாதிகள் என்றும் முதுகெலும்பும் சுயமரியாதையும் அற்றவர்கள் என்றும் முடிவுகட்டிவிட்டிருக்கிறார்கள்.

நாம் இதைக் கொஞ்சம் விரிவாக அலசிப் பார்ப்போம்.

தேசிய வளம் மற்றும் அதன் முறையான பகிர்வு இவைதான் நம் அரசியல் சித்தாந்தங்களின் அடிப்படை அம்சம். சில அரசியல் கட்சிகள் சம வசதி வாய்ப்புகள் அனைவருக்கும் கிடைக்கவேண்டும்; சமூகத்தின் அனைத்து பிரிவுகளையும் உள்ளடக்கிய வளர்ச்சி வேண்டும் என்ற கொள்கைகளைப் பயன்படுத்தி தமது வாக்கு வங்கியைப் பலப்படுத்த விரும்புகின்றன.

தேர்தல்களில் கவர்ச்சிகரமான பிரசாரம், பொய் வாக்குறுதிகள் மற்றும் போலியாக உணர்வுகளைத் தூண்டுதல் ஆகியவற்றின் மூலமே வெற்றி தோல்வியானது முடிவாகிறது. குறுகிய அடையாளத்தின் அடிப்படையில் ஒன்று திரட்டுதல், ஊழல், மதம், சதி வேலைகள் ஆகியவையே மக்களை அணி திரளச் செய்கின்றன.

அரசியல் என்றால் அது வெறும் ஆடம்பரமான ஊர்வலங்கள், அறிவிப்புகள், செய்திகளில் தொடர்ந்து இருந்துவருதல், சிற் சில உதவிகள், இலவச அறிவிப்புகள் என ஆகிவிட்டது. வரி சீர்திருத்தம், பொருளாதார மாற்றங்கள், திட்டங்கள் எல்லாம் செல்வத்தைக் குவிப்பதையே குறிக்கோளாகக் கொண்டிருக்கின்றனவே அல்லாமல் ஏழ்மையை அகற்றுவது குறித்து சிந்திப்பதில்லை.

மனிதர்களின் இயல்பான அடிப்படை உரிமைகளை பொருளாதார உரிமைகள் ஓரங்கட்டுகின்றன. பணம் மற்றும் வளங்களின் பெருக்கமே இலக்காக இருப்பதால் சமுதாயமானது ஒத்திசைவில் இருந்து மோதலை நோக்கி நகர்கிறது. வாய்ப்புக்ளைக் கைப்பற்றுவதில் போட்டி பொறாமைகள் அதிகரிக்கின்றன. அரசாங்கங்களின் வளர்ச்சித் திட்டங்கள் செல்வம் ஓரிடத்தில் குவியச் செய்கின்றன. அதி செல்வந்தர்களே ஊடகங்களைக் கைப்பற்றியிருக்கிறார்கள். எந்தத் திட்டங்களுக்கு ஆதரவு தரப்படவேண்டும் என்பதை அவர்களே தீர்மானிக்கிறார்கள்.

விற்பனையை அதிகரிக்க அதி புத்திசாலிகளைப் பணியமர்த்திக் கொள்கிறார்கள். முதலீடுகளை எங்கிருந்து வேண்டுமானாலும் பெற்றுவிடுகிறார்கள். கடன்களை எளிதில் பெற்றுக்கொள்கிறார்கள். அதிகாரம் உள்ள குழுக்களை எளிதில் வசப்படுத்திவிடுகிறார்கள். வழக்குகளை எளிதில் உடைக்கிறார்கள். போட்டிகளை எளிதில் அப்புறப்படுத்துகிறார்கள்.

ஒவ்வொரு ஆண்டும் வளங்களின் பெருக்கமும் உருவாக்கமும் அவை எங்கு குவிகின்றன என்பதும் மவுனமாக வேடிக்கை பார்க்கும் மக்கள் முன் பறைசாற்றப்படத்தான் செய்கின்றன. ஆனால், அவர்களோ அதை எளிதில் மறந்தும் விடுகிறார்கள்.

தேர்தலைத் தொடர்ந்து தேர்தல்கள் வருகின்றன. மக்கள் அணி பிரிகிறார்கள். மீண்டும் விளம்பரங்கள், பிரசாரங்கள், வாக்குறுதிகள் எனத் தரப்படுகின்றன. ஏதோ ஒரு கட்சி வெல்கிறது. நாடாளுமன்றத் தேர்தல்கள் முடிந்ததும் சட்டமன்றத் தேர்தல்கள் வருகின்றன. அதைத் தொடர்ந்து உள்ளாட்சித் தேர்தல்கள், கூட்டுறவுச் சங்கத் தேர்தல்கள் என தொடர்ந்து வந்தவண்ணம் இருக்கின்றன.

விளையாட்டு அமைப்புகள், கிளப்புகள், திரையுலக சங்கங்கள், தொழில்துறை அமைப்புகள், கட்சித் தேர்தல்கள், தொழிற்சங்கத் தேர்தல்கள், அறக்கட்டளைத் தேர்தல்கள், வகஃப் வாரியத் தேர்தல்கள், மத அமைப்புகளின் தேர்தல்கள், எம்.சி.ஐ., சி.ஐ.ஐ., வழக்கறிஞர் சங்கத் தேர்தல்கள் என நாட்டில் எப்போதும் ஏதாவது ஒரு தேர்தல் நடந்தவண்ணம் இருக்கிறது.

ஜனநாயகம் என்றால் முடிவற்று நடக்கும் தேர்தல் என்றாகிவிட்டது. அதில் செல்வந்தர்களையும் அதிகாரக்குழுக்களையும் மக்கள் பொறுத்துக்கொண்டுவருகிறார்கள். ஜனநாயகம் இன்று எந்தவொரு நேர்மையும் அற்ற எதிர்பாராத கூட்டணிகளுக்கு இடம் கொடுப்பதாக இருக்கிறது. சமரசங்கள், அப்பட்டமான பொய்கள், காரசாரமான வெட்டி விவாதங்கள், மோதல்கள் என அனைத்துக்கும் இடம் கொடுக்கும் களமாகிவிட்டிருக்கிறது. ஊடகங்கள் இந்த நாடகங்களை ஒவ்வொரு வீட்டுக்குள்ளும் கொண்டு செல்கின்றன. தெருச் சண்டைகள்போல் இவற்றை ஆக்குகின்றன. குழம்பிப் போகும் மக்கள் தேர்தலில் நிற்கும் கட்சிகளில் ஏதோ ஒன்றைத் தேர்ந் தெடுத்துவிடுகிறார். ஆளுங்கட்சியும் எதிர்கட்சியும் இடை விடாது மல்லுக்கட்டிக் கொண்டுவருகிறார்கள். போனால் போகிறதென்று அவ்வப்போது சில நல்ல காரியங்களும் செய்கிறார்கள். பணப் பெருக்கமே அரசியலின் பிரதான இலக்காக இருக்கிறது. உருப்படி யான மாற்றம் என்பது நடக்க வாய்ப்பே இருப்பதில்லை.

அரசியல் அமைப்பு, சட்டசபை, நீதி அமைப்பு, நிர்வாக அமைப்பு, அதிகாரவர்க்கம், காவல்துறை, ராணுவம், ஊடகங்கள் எல்லாமே இந்த அபாயத்தை உணர்ந்தும் எதுவும் செய்ய முடியாமல் வெறும் பார்வையாளராக வேடிக்கை பார்த்துவரும் நிலையே நீடிக்கிறது. சம வாய்ப்பு, மாற்று ஒடுக்குமுறை (ரிவர்ஸ் டிஸ்க்ரிமிநேஷன்) மத, மொழிப் பெருமிதங்கள் இவையெல்லாம் அளப்பரிய சக்தியை வெகு சிலர் கைப்பற்றிக்கொள்ள வழிவகுக்கும் அம்சங்களாக இருக்கின்றன.

நம்மால் மாற்றத்தைக் கொண்டுவர முடியுமா? நமக்கென்று ஒரு இலக்கு உருவாகுமா? நம் குரல் கேட்கப்படுமா? நமக்கு தேர்ந்தெடுக்கும் வாய்ப்புகள் உண்டா? மாற்று வழிகள் உண்மையில் சாத்தியமே இல்லையா? சரியான பாதைக்குப் போக முடியாதவரை எரிகிற கொள்ளியில் நல்ல கொள்ளி எது என்றுதான் தேர்ந் செதடுத்தாகவேண்டுமா? துன்பம், அதி துன்பம், முழு நிராதரவு நிலை என இவற்றுக்கு இடையேதான் ஊசலாடிக் கொண்டிருக்க வேண்டுமா? கால எந்திரத்தில் ஏறித் தப்பிக்கவே முடியாதா? இப்போது இருப்பவற்றை வைத்து தலைகீழ் மாற்றத்தை உருவாக்குவது எப்படி? நம் முன் உண்மையிலேயே மாற்று வழி என்று ஒன்று இருக்கிறதா? எவையெல்லாம் மாற்றுகள்? நம்மால் உருவாக்க முடியுமா? முடியுமென்றால் எப்போது? முடியாதென்றால் ஏன் முடியாது? நமது சிந்தனை, பேச்சு, செயல்பாடுகள் எப்போது முடக்கப்பட்டன?'

23

ஆக்ஸிஜன் பிரகடனம்

இந்த நிலையில் ரவி தனது பிரகடனத்தை அவையோருக்கு அறிமுகம் செய்தார்.

வசிப்பிடமான பூமிதான் பரிணாம சக்திகளின் கருவி. அந்தக் களம் தான் அனைத்து உயிர்களுக்கும் வாழ்வதற்கான வசதி வாய்ப்புகளைத் தருகிறது. தகவமைத்துக்கொள்ள, உயிர் பிழைக்க, பரிணமிக்க எல்லா வற்றுக்கும் பூமிதான் களமாக இருக்கிறது. நாம் ஒரு மாற்று பற்றி சிந்திக்க வேண்டுமென்றால் இருப்பதைப் பற்றி முதலில் நன்கு புரிந்து கொள்ளவேண்டும்.

செல்வத்தைக் குவித்தல் என்ற வெறிவருவதற்கு முன்பாக நம்மிடையே என்ன இருந்தது? நிர்மலமான வான்வெளி, தூய காற்று, நல்ல நீர், வளமான மண், கனிமங்கள், விலங்குகள், தாவரங்கள் இவைதான் இருந்தன. எந்தவொரு உயிரினமும் தானே எல்லாமும் என்று நினைத்ததில்லை. எந்தவொரு உயிரினமும் தன்னைக் கீழினும் கீழாக நினைத்ததும் இல்லை. சில உயிர்கள் உணவுச் சங்கிலியில் மேலடுக்கில் இருந்தன. சில உயிர்கள் எண்ணிக்கையில் அதிகமாக இருந்தன. சில உயிர்கள் பெரிதாக இருந்தன. சில சிறியதாக இருந்தன. சில கண்ணுக்குத் தெரியாத அளவுக்கூட இருந்தன. மரபணுக்களின் மாயாஜாலம், உயிரணுப் பிறழ்வு இவற்றின் மூலம் உருவானவை அவை.

பூமியின் மிகக் கடுமையான காலகட்டங்களில் சில உயிரினங்கள் அழிந்துவிட்டிருக்கின்றன. எனினும் பெரும்பாலானவை சூழலுக்கு

ஏற்பத் தம்மைத் தகவமைத்துக்கொண்டுவிட்டிருக்கின்றன. லட்சக் கணக்கான ஆண்டுகள் நாம் மிகத் தெளிவான சமநிலையை பேணிவந்திருக்கிறோம். இன்று அந்த சமநிலை குலைவுறத் தொடங்கியிருக்கிறது. உணவுச் சங்கிலி தனது இயல்பான நிலையை இழந்துவிட்டது. ஏராளமான உயிர்கள் முன்னெப்போதும் இல்லாத அளவுக்கு அழிவைச் சந்தித்துவருகின்றன.

விவசாயத்திலும் கானகங்களிலும் கூட ஒற்றைபடைத்தன்மை பெருகத் தொடங்கியிருக்கிறது. மக்கள் தொகை கட்டுக்கு அடங்காமல் பெருகி வருகிறது. தாவர, விலங்குகள் வேகமாக அழிந்து வருகின்றன. சூழலியல் மற்றும் கலாசார பன்மைத்தன்மை கடந்த சில ஆண்டுகளாக வெகுவாகச் சிதைவுற்று வருகின்றன. மனிதர்கள் இயற்கையின் சமநிலையைச் சீர்குலைத்தபடி தமக்குத் தேவையான விலங்குகள், தாவரங்களைத் தேவையான விதங்களில் உருவாக்கிவருகிறார்கள். மரபணு மாற்றப்பட்ட தாவரங்கள், விலங்குகள் எல்லாம் பெரும் ராட்சஸ உயிர்களாக மாறி நம்மை அழிக்கக்கூடும். இவை எல்லாவற்றுக்கு மேலாக நாம் வாழ்ந்துவரும் இந்த பூமி அழிக்கப்பட்டுவருகிறது.

நமது இலக்கு என்பது பூமியைப் பாதுகாப்பதும் மீட்டெடுப்பதும் தான். நம் குழந்தைகளுக்கு நல்ல காற்று, நல்ல நீர், வளமான நிலம், உயிர் பன்மை, பாதுகாப்பான உணவு இவற்றை விட்டுச் செல்ல வேண்டும்.

இது ஏதோ கடந்த கால காட்டுவாசி வாழ்க்கைக்குத் திரும்புவது என்று அர்த்தமில்லை. வாழ்க்கைக்குத் தேவையானவற்றை வென்றெடுக்கும் முன்னொக்கிய பாய்ச்சல்தான். விஞ்ஞான முன்னேற்றம், தொழில்நுட்ப வளர்ச்சிகள், கலாசார மேம்பாடுகள் எல்லாமே இந்த திசையில் இருந்தாகவேண்டும்.

மனித இனம் பல நூறு ஆண்டுகளாக உருவாக்கி நிலை நிறுத்திவிட்டிருக்கும் பன்மைத்தனத்தின் பெரும் பாரம்பரியத்தை நாம் முழுமையாகப் புரிந்துகொள்ளவேண்டும். மனித இனம் இதுவரை உருவாக்கியிருக்கும் உணவு முறைகள், இசைகள், மொழிகள், அனைத்து மாறுபட்ட அம்சங்கள் அனைத்தையும் மீட்டெடுக்க வேண்டும்.

வீடுகள், பசி ஆகியவை மனிதர்களுக்குப் பெரிய பிரச்னைகளாக ஆகிவிட்டிருக்கின்றன. மனிதர்கள் வீடுகட்டுதல், இயற்கையிட மிருந்து உணவு சேகரித்தல், இயற்கையோடு இசைந்ததாக பயிர்களை வளர்த்தல், அறுவடை செய்தல் ஆகிய திறமைகளை

இழந்துவிட்டிருக்கிறார்கள். அரசியல் மேடைகளில் வீட்டு வசதி செய்து தருதல், விவசாயம், சுகாதாரம் ஆகியவை பற்றியே வாக்குறுதிகள் தருகின்றன. மனித இனத்தின் அடிப்படைத் திறமைகளான அவற்றைப் பெரும்பான்மையான மனிதர்கள் இழந்துவிட்டார்கள். அரசாங்கம், தொழில் முனைவர்கள், செல்வத்தைப் பெருக்குபவர்கள் ஆகியோரையே எளிய மக்கள் தமது இந்த அடிப்படைத் தேவைகளுக்காக நம்பியிருக்கும் நிலை ஏற்பட்டுவிட்டது.

விஞ்ஞான வளர்ச்சி என்பது இத்தகைய திறமைகளை வளர்க்கும் வகையில் இருக்கவேண்டும். உள்ளூர் பொருட்கள், வளங்கள் இவற்றை நன்கு பயன்படுத்திக்கொள்ள முடியும்வகையில் இருக்க வேண்டும். எந்திரத்தனமான வாழ்க்கையை மாற்றியமைத்து ரசனை உணர்வை, சிருஷ்டி மனதை வளர்த்தெடுக்கவேண்டும்.

நம்மிடம் இப்போது இருப்பவையெல்லாம் காங்க்ரீட் காடுகள். நெட்டுக்குத்தலான நகரங்கள். விஞ்ஞானம் என்பது எளிய விஷயங்களைச் சிக்கலாக்குவதாகவே இருக்கிறது. மக்கள் இயற்கையோடு இயைந்த சூழலில் வாழ்ந்தால் அவர்களாகவே எளிதில் தீர்த்துக்கொள்ள முடிந்த அடிப்படை விஷயங்களைத் தீர்க்கும் பணியில்தான் நிபுணர்கள் காலம் பூராவும் செலவிடவேண்டியிருக்கிறது.

அதிர்ச்சிகள், மன நோய்கள், குற்றச் செயல்களின் பெருக்கம் மற்றும் இவை போன்ற பிரச்னைகள் எல்லாம் இயற்கை வாழிடங்களில் ஏற்பட்ட நசிவுகளாலும் புதிய சூழலுக்குத் தகவமைத்துக்கொள்ள முடியாமல் போவதாலும்தான் ஏற்படுகின்றன.

பெட்ரோலியத்தைவிட பாட்டிலில் அடைக்கப்பட்ட தண்ணீரின் விலை அதிகமாகிவருகிறது. நீருக்கான போர் என்பது கண் முன் நடக்கத் தொடங்கிவிட்டது. விவசாயம் என்பது வேதி உரங்கள், பூச்சிக் கொல்லிகள், களைக் கொல்லிகள் இவற்றைச் சார்ந்ததாக ஆகிவிட்டது. நாம் சாப்பிடுபவை முழுமையான ஊட்டச் சத்து கொண்டவை அல்ல; தற்காலிகமாக நம் பசியைப் போக்கும் போலி உணவுகளாகவே இருக்கின்றன. காற்று மாசு, நீர் மாசு ஆகியவற்றால் முன்னெப்போதும் இருந்திராத அளவுக்கு மக்கள் இன்றைய விஞ்ஞான தொழில்மய யுகத்தில் இறக்கிறார்கள். போர்களாலும் பஞ்சங்களாலும் இறந்தவர்களைவிட அதிக எண்ணிக்கையில் சுற்றுச்சூழல் மாசுகளால் இறப்பவர்களின் எண்ணிக்கை அதிகமாகி வருகிறது. நாம் இன்று அடைந்திருக்கும் வளர்ச்சி, முன்னேற்றம் எல்லாம் நம் சுற்றுச்சூழலுக்கு ஏற்பட்டிருக்கும் நசிவை ஒப்பிடுகையில் சந்தோஷம் தரக்கூடியவையே அல்ல.

நமது இந்த பிரகடனமானது நம் வாழிடத்தைப் பாதுகாத்தல், மீட்டெடுத்தல், வளர்த்தெடுத்தல் ஆகியவற்றை அடிப்படையாகக் கொண்டது. தூய காற்று, தூய நீர் ஆகியவற்றை அனைவருக்குக் கிடைக்கச் செய்வதே நம் இலக்கு செல்வம் சேர்த்தல் அல்ல. இயற்கை அன்னையைக் காப்பாற்ற எளிய, நேர்மையான வழிமுறையைப் பின்பற்றுவோம். மனிதர்மட்டுமல்ல அனைத்து உயிரினங்களும் வாழ முடிந்ததாக பூமியை ஆக்குவோம். நமது விஞ்ஞான வளர்ச்சி, தொழில்நுட்ப நிபுணத்துவம், கலாசார வலிமை அனைத்தையும் பயன்படுத்தி பூமியை அனைத்து உயிர்களும் மகிழ்ச்சியுடன் வாழ முடிந்த இடமாக ஆக்குவோம்.

நம் பிரகடனம் ஆக்ஸினம் மேனிஃபெஸ்டோ - உயிர் வளிப் பிரகடனம் என்று அழைக்கப்படும். உயிர் வளி... அது அனைத்தையுமே உள்ளடக்கியதாகவும் எதுவுமே இல்லாததாகவும் இருக்கிறது. காற்றில் இந்த உயிர் வளியின் அளவு சரியான விகிதத்தில் இருந்தால் தான் மனிதர்கள் நோய் நொடியின்றி வாழவும் பூமியில் உயிர்கள் வாழவும் முடியும். தூய்மையான குடி நீருக்கு ஆக்ஸிஜனானது நீரில் குறிப்பிட்ட அளவுக்கு இருந்தாகவேண்டும். ஆக்ஸிஜனேற்றச் செயல் பாடானது ஒரு கட்டுக்குள் இருந்தாகவேண்டும். இந்த அடிப்படை யானது ஒத்திசைவான வாழ்க்கைக்கும் அவசியமானது. அதன் குறியீட்டு அம்சமாக அது இருக்கவும் செய்கிறது.

உயிர் வளிப் பிரகடனமே நமது மாற்று அரசியல் செயல்பாடாக இருக்கவேண்டும். எதிர்கால அரசியலின் மையப்புள்ளியாக அதுவே இருக்கவேண்டும். மனிதர்களின் கனவுகள், லட்சியங்களின் ஆதாரமாக அதுவே இருக்கவேண்டும்.

பேசி முடித்துவிட்டு தாத்தாவின் அருகில் சென்று ரவி அமர்ந்தார். அவையினர் எழுந்து நின்று கைதட்டினார்கள்.

24

கோட்பாட்டிலிருந்து மக்களை நோக்கி

மாநாட்டின் உண்மையான ஹீரோவாக ரவி ஆனார். அந்த மாநாடு ரவியை சமூகத்தின் மையத்துக்குக் கொண்டுவந்தது. சுற்றுச்சூழல், பூமி பாதுகாப்பு ஆகியவை தொடர்பான சித்தாந்தத்துக்கு ஒரு அரசியல் அடிப்படையை உருவாக்கித் தந்தது. சர்வ தேச ஊடகங்களும் ரவியின் உரையை உரிய முக்கியத்துவம் தந்து பிரசுரித்தன; ஒளிபரப்பின. நியூ யார்க் டைம்ஸில் ரவியின் கோட்பாடு பற்றி முக்கிய கட்டுரை வெளியானது. தேசிய, பிராந்திய பத்திரிகைகள், செய்தித்தாள்கள் ரவியின் உரை பற்றி மிக விரிவாகச் செய்தி வெளியிட்டன.

ஆனால், முக்கியமான சவால் என்னவென்றால், அந்தக் கோட்பாட்டை திட்டமாக மாற்றி நடைமுறைப்படுத்துவது எப்படி என்பதுதான். சுற்றுச்சூழல் சார்ந்த நிபுணத்துவம், தொழில்நுட்ப வல்லுநர்கள், சமூக விஞ்ஞானிகள் இந்தக் கோட்பாட்டை அமல்படுத்த விரிவான தெளிவான செயல்திட்டத்தை வடிவமைத்தாகவேண்டும்.

தாத்தா சீக்கிரமே விடைபெற்றுச் செல்ல விரும்பினார். மூரே கிராமத்துக்குத் திரும்ப, மிளகாய்ப்பொடி முக்கிய இட்லியை இலையில் மடித்து காகிதத்தில் பொதிந்துகொண்டு புறப்பட்டு விட்டார். அரசியல்வாதிகள், அதிகாரவர்க்கத்தினர் போன்றோருக் கான அவசர கோட்டாவில் குவஹாத்திக்கு இரண்டாம் வகுப்பு ரயில்

டிக்கெட் போட்டுக் கொடுத்தார் ரவி. ஒரு சிறிய கதர் பையில் தனது பொருட்கள் அனைத்தையும் பொதிந்துகொண்டார் தாத்தா.

ரயில் மாலை நான்கு மணிக்குத்தான் என்பதால் தாத்தா அருகில் இருந்த காட்டுக்குள் இன்னொரு தடவை சென்று விதைகள், மரக் கன்றுகள் சேகரித்து வந்தார். ரவியின் பங்களாவின் அருகில் இருந்த சாலையோரமாக அவற்றை நட்டார். வெறுங்காலில் நடந்து ரயில் நிலையம் வந்தவர் அப்படியே மீண்டும் வெளியுலகுக்குத் தெரியாத தனது உலகுக்குள் சென்று மறைந்தார்.

ரவி தனது பிரகடனத்தை பல்வேறு கருத்தரங்கங்கள், கல்லூரிகள், பிற சமூக சேவை மையங்களின் நிகழ்ச்சிகள் ஆகியவற்றில் விரிவாகப் பேசினார். உலகம் முழுவதிலும் இருந்து பல நிறுவனங்கள் அவருக்கு அழைப்பு விடுத்தன. சுற்றுச்சூழல் சார்ந்து செயல்படும் உள் நாட்டு மற்றும் சர்வதேச அமைப்புகளின் அங்கீகாரத்தைப் பெற்றார்.

அதிகம் பேசப்பேச அவருடைய கொள்கைகள் தெளிந்த நீரோடை போல் துலக்கமான வடிவம் பெற்றன. ஒவ்வொரு புதிய பேட்டியிலும் கருத்தரங்கங்களிலும் தன் கருத்துகளைத் தெளிவாக முன்வைக்க வழிபிறந்தது.

ஆனால், இப்படியான கருத்தரங்க உரைகள், பேட்டிகள், கல்லூரிப் பேச்சுகள் போன்ற கோட்பாட்டுச் செயல்பாடுகளுக்கு ஒரு எல்லை வரை மட்டுமே பயன் உண்டு என்பது ரவிக்குத் தெரியும். ஆரம்பத்தில் கிடைக்கும் வரவேற்பு காலப்போக்கில் வடிந்து ரவியும் அவருடைய கனவுகளும் துறை சார் நிபுணர்களால் மெள்ள ஓரங்கட்டப்பட்டு விடும். எனவே நிபுணர்கள், அறிவுஜீவிகள் இவர்களைத் தாண்டிச் சென்றாகவேண்டும் என்று ரவி தீர்மானித்தார்.

நடைமுறை அரசியல் களத்தில் திறம்படச் செயல்படவேண்டு மென்றால் நிபுணத்துவம், கோட்பாடுகள், தத்துவங்கள் எல்லாம் போதாது. மக்களின் பங்களிப்புடன் கூடியபெரும் இயக்கமாக, போராட்டமாக அது மாறியாகவேண்டும். கருத்துகளுக்கு குறுகிய ஆயுளே உண்டு. அது மக்கள் மங்களில் இருந்து மறைவதற்கு முன்பாக செயல் வடிவம் பெற்றாகவேண்டும்.

கோட்பாடு எளிமைப்படுத்தப்பட்டு மக்களிடம் செல்வாக்கு பெறும் வகையில் மாற்றப்படவேண்டும். ஏராளமான புள்ளிவிவரங்கள், தரவுகள் எல்லாம் உண்மையான பிரச்னையை மக்களிடமிருந்து அந்நியப்படுத்திவிடும். பிரகடனம் மக்கள் மனதில் பசுமரத்தாணி

போல் எளிதில் ஊடுருவ முடிந்ததாக இருக்கவேண்டும். தொழில்நுட்ப, கலைச் சொற்கள் சார்ந்த சிக்கல் எதுவும் இருக்கக்கூடாது. புள்ளிவிவரங்களைவிட உணர்வுபூர்வமான பிணைப்பே அவசியம். உண்மைத் தரவுகளை விட கவர்ச்சிகரமான முழக்கமே மக்கள் மத்தியில் அரசியல்ரீதியாக வெற்றியைத் தரும். மக்கள் கூட்டத்தை இயக்கும் வகையில் அரசியல் சாயத்துடன் கொள்கை பிரகடனமானது மாற்றி எழுதப்படவேண்டும்.

25

போருக்கான முன் தயாரிப்புகள்

லால் பகதூர் சாஸ்திரி கல்வி மையத்தில் பார்த்த வேலை ரவிக்கு வாழ்க்கையில் ஒரு பிடிப்பையும் அர்த்தத்தையும் கொடுத்தது. சுற்றுச்சூழலியலாளர்கள், சக ஆசிரியர்கள், பயிற்சிக்கு வந்த ஐ.ஏ.எஸ். மாணவர்கள் ஆகியோரிடையே ரவிக்கு மிகுந்த மரியாதையை ஏற்படுத்திக் கொடுத்தது. அவருடைய அரசியல் சாய்வுகள், சீர்திருத்தக் கொள்கைகள், புதுமையான சிந்தனை, அதிகாரவர்க்கத்துக்கு எதிரான பரபரப்பைக் கிளப்பும் பேச்சுகள் எல்லாம் அவர் மீது பலருக்கும் மிகுந்த மரியாதையை ஏற்படுத்தின. இப்போதுஅவருக்கு ஒரு கலகக்கார பிம்பம் உருவாகிவிட்டிருந்தது. அரசாங்க அமைப்பு அவரைக் கண்டு அஞ்சத் தொடங்கியது. மெள்ள அவரை முக்கிய பொறுப்புகளில் இருந்து ஓரங்கட்டத் தொடங்கியது. லால்பகதூர் சாஸ்திரி கல்வி மையப் பணி முடிவடைந்ததும் தில்லியில் மத்திய அரசில் ஒரு பணி கேட்டு விண்ணப்பித்தார். அது தொடர்பாக கேபினட் செயலரை ரவி சந்தித்தபோது எடுத்த எடுப்பிலேயே அவருடைய விண்ணப்பம் நிராகரிக்கப்பட்டது

உள்துறை அமைச்சகத்தின் கட்டுப்பாட்டின் கீழ் வரும் அதிகாரபூர்வ மொழிகளின் துறையில் நியமிக்கப்பட்டார். துணைச் செயலராக நியமனம் பெற்ற ரவிக்கு தேசம் முழுவதும் அரசு அலுவலகங்களில் ஹிந்தி பயன்பாட்டை அதிகரிக்கும் பொறுப்பு தரப்பட்டது. அப்படிச் செய்ய என்ன அவசியம் என்பது ரவிக்கு ஒன்றும் புரிந்திருக்கவில்லை.

மாநிலங்கள் எல்லாம் ஹிந்தியைப் பயன்படுத்துவதன் அடிப்படையில் அ, ஆ, இ என மூன்று பிரிவுகளாகப் பிரிக்கப் பட்டிருந்தன. தேசத்தின் அதிகாரபூர்வ மொழியான ஹிந்தியை அனைத்து தளங்களிலும் பரப்பும் நோக்கில் செயல்திட்டங்கள் வகுக்கப்படும். ஒரு கோப்பில் ஒரே ஒரு வார்த்தை ஹிந்தியில் எழுதப்பட்டிருந்தாலும் கூடப் போதும், அந்த மாநிலத்தில் ஹிந்தி அரசுப் பணிகளில் பயன்பாட்டில் இருப்பதாகக் கருதப்பட்டுவிடும். எனவே பொதுவாக 95%க்கும் மேலான பொதுத்துறை நிறுவனங்கள், பிற அரசாங்க அமைப்புகள் ஆகியவற்றில் ஹிந்தி பயன்படுத்தப் பட்டுவருவதாகவே புள்ளிவிவரங்கள் தெரிவிக்கும். நடைமுறை என்னவென்றால் ஹிந்தி மொழி தன் செல்வாக்கை முழுவதும் இழந்துநிற்கிறது என்பதுதான் உண்மை.

ரவியின் தந்தை தன் இளமைப் பருவம் முழுவதும் ஹிந்தியை எதிர்த்துப் போரிட்டார். கண்ணில் பட்ட ஹிந்தி எழுத்துகள் அனைத்தையும் தார் பூசி அழித்தார். ரவி தனக்குத் தரப்பட்டிருக்கும் புதிய பொறுப்பு பற்றித் தந்தையிடம் எதுவும் சொல்லவில்லை. உள்துறை அமைச்சகம் என்ற பெரிய குடையின் கீழ் ஒரு பணி என்று மட்டுமே சொல்லியிருந்தார்.

ஹிந்தி பேசும் மாநிலங்களில் இருக்கும் மக்களுக்கு நம் தேசத்தின் ஆட்சி மொழி ஹிந்திஅல்ல என்பதைச் சொல்லிப் புரியவைக்கவே முடியாது. நாடாளுமன்றத்தில் கடுமையான எதிர் கருத்துகள் தீவிரமாக முன்வைக்கப்பட்டு, கேவலம், ஒரே ஒரு வாக்கு வித்தியாசத்தில்தான் ஹிந்தி ஆட்சி மொழியாக ஆகிவிட்டிருக்கிறது.

ஹிந்தி மொழி கற்றுக் கொள்வதால் ஒருவருடைய வேலை வாய்ப்புகள் அதிகரிக்கும்... பல மாநிலங்களுக்குச் சென்று பணிபுரிய முடியும் என்ற அளவில் ஹிந்தி மொழி கற்பதை ரவி வரவேற்கவே செய்கிறார். ஆனால், இந்திய உணர்வு பெருக வேண்டுமென்றால் ஹிந்தி அவசியம் என்பதை அவர் ஏற்கவில்லை. நம் தேசத்தில் பேசப்படும் நூற்றுக்கணக்கான மொழிகளில் ஹிந்தியும் ஒன்று. ஒற்றை மொழியை அடிப்படையாகக் கொண்டு தேசத்தை வடிவமைப்பது நிச்சயம் மோசமான விளைவுகளையே ஏற்படுத்தும் என்பதே அவருடைய கருத்து.

இந்தியனாக இருப்பதென்பது ஒலிம்பிக்கில் ஒரு இந்தியர் பதக்கம் பெறும்போது ஏற்படும் மகிழ்ச்சியில் இருக்கிறது. அல்ஜீரியாவிலோ அர்ஜெண்டினாவிலோ இன்னொரு இந்தியரைப் பார்க்கும்போது ஏற்படும் மகிழ்ச்சியில் இருக்கிறது. கங்கையில் பாவங்களைப் போக்க புனித நீராடும் கோடிக்கணக்கான இந்தியர்களிடம் இந்தியன் என்ற

உணர்வு இருக்கிறது. அப்படியான மக்களின் மனங்களில்தான் இந்தியா வாழ்கிறது. பேசும் மொழியிலோ அணியும் உடைகளிலோ பின்பற்றும் மதங்களிலோ இல்லை.

ரவி உள்துறை அமைச்சகப் பணிக் காலத்தில் தனது ஆக்ஸிஜன் பிரகடனத்தை மேலும் எளிமைப்படுத்தி புதிய தகவல்களைச் சேர்த்துக் கூர்மைப்படுத்தி மெருகேற்றிக்கொண்டார்.

26

எண்களால் ஆன உலகம்

விஞ்ஞானம், தொழில்நுட்பம் ஆகியவற்றுக்கு எண்கள்தான் அடிப்படை என்பது ரவிக்குத் தெரிந்திருந்தது. எண்கள் இல்லாமல் எந்தவொரு கருவியையும் வடிவமைக்க முடியாது. 0, 1 என்ற இரண்டு எண்களை அடிப்படையாகக் கொண்ட பைனரி அமைப்புத்தான் மனிதர்கள் பயன்படுத்தும் அனைத்து மென்பொருட்களின் அடிப்படையாகவும் இருக்கிறது. கணினிகள், தகவல் தொழில்நுட்பம், செயற்கை அறிவு, பொருளாதாரக் கோட்பாடுகள், உள்கட்டமைப்பு, வானவியல், ஜோதிடம் என எல்லாமே எண்களின் வலுவான அடித்தளத்தைக் கொண்டவையே. அதே நேரம் நம் பாட்டிகள் நமக்குச் சொன்ன கதைகளில் எதிலுமே எண்கள் இருந்ததும் இல்லை. சுற்றுச்சூழல் மேம்பாடு, பூமிப் பாதுகாப்பு ஆகியவற்றுக்கு நாம் எண்களைக் கடந்து சென்றாகவேண்டும்.

டைரியில் ரவி, நம் இலக்கியங்கள், புராணங்கள், இதிகாசங்கள், புனித நூல்கள், மத இலக்கியங்கள் இவற்றிலெல்லாம் எண்களுக்குப் பெரிய இடம் இருந்திருக்கவே இல்லை என்று குறிப்பிட்டிருக்கிறார். போர்கள், புரட்சிகள் எல்லாம் வார்த்தைகள், உணர்ச்சிகள், குறியீடுகள் இவற்றால்தான் வெல்லப்பட்டிருக்கின்றன. உலகை வெற்ற மாவீரர்கள் மட்டும் எண்களை நம்பிக் களம் இறங்கியிருந்தால் போர் ஆரம்பிக்கும் முன்பே தோற்கடிக்கப்பட்டிருப்பார்கள். நாம் அந்தத் தவறைச் செய்யக்கூடாது.

சுற்றுச்சூழல் சீரழிந்து வருவதும் நம் பூமி வாழ லாயக்கற்றதாக ஆகிவருவதும் கண்கூடாகத் தெரிகிறது. நாம் இவற்றை அடிப்படையாகவைத்து ஒரு போர் முழக்கத்தை வடிவமைக்கவேண்டும். மக்கள் பெருந்திரளாக அதில் இறங்கவேண்டும்.

27

நெருங்கி வரும் காற்று மாசு அரக்கன்

சுற்றுச்சூழல் பாதுகாப்பு, அதிகாரப் பகிர்வு, நேரடிச் செயல்பாடுகள், தெய்விகம் இவையே நம் ஆக்ஸிஜன் பிரகடனத்தின் முக்கிய தூண்கள் என்று ரவி குறிப்பிட்டிருக்கிறார். நமது சுற்றுச்சூழல் பல வகைகளில் நாசமாக்கப்பட்டு வருகிறது. நகர்ப்புறங்களில் காற்று மாசு மிக மிக அதிகமாகிவருகிறது. சில நகரங்களில் வெளியே செல்லவேண்டுமென்றால் முக கவசம் அணிந்துகொண்டுதான் போயாக வேண்டியிருக்கிறது. வீட்டுக்குள் இருக்கும்போதோ காற்று மாசுகளை நீக்கும் கருவிகளைப் பயன்படுத்த வேண்டியிருக்கிறது.

சில நகரங்களில் காற்று மாசு அதிகமாக இருக்கும் காலங்களில் பள்ளி, கல்லூரிகளுக்கு விடுமுறை அளிக்கப்படுகிறது. வெளியே யாரும் நடமாட வேண்டாம் என்று எச்சரிக்கை விடப்படுகிறது. தொழிற்சாலைகள், வாகன நிறுவனங்கள், வாகன எரிபொருள், கழிவுப் பொருட்களை எரிப்பது, பயிர்த் தாள்கள் எரிப்பு போன்றவற்றால் காற்று மாசடைந்து சுவாசிக்கவே முடியாத அளவுக்கு கெட்டுவிடுகிறது. நூற்றுக்கணக்கான சிகரெட்களைப் புகைப்பதற்கு இணையான தீங்கை விளைவிக்கின்றன. நகரங்கள் எல்லாம் விஷ வாயுக் கிடங்கு போல் ஆகிவிட்டன.

காற்றில் பறக்கும் தூசியை நாசியால் மட்டுமல்ல நாவால்கூட உணர முடியும் அளவுக்கு அதிகமாக இருக்கின்றன. ஆஸ்துமா, நுரையீரல் நோய்கள் பெருகத் தொடங்கியுள்ளன. மாசடைந்த காற்று

சாலைகளில் எதையும் தெளிவாகப் பார்க்கவிடாமல் தடுக்கின்றன. சிலருக்கு மயக்கமே வந்துவிடுகிறது. புற்றுநோய் கூட காற்று மாசினால் ஏற்பட வாய்ப்பு இருக்கிறது. ஏழை மக்களே முகக் கவசம் இன்றி காற்று சுத்திகரிப்பான் இன்றி பெரிதும் பாதிக்கப்படுகிறார்கள்.

போபால் விஷ வாயுக் கசிவில் திறந்த வெளியில் படுத்திருந்த ஆயிரக்கணக்கான ஏழைகள்தான் பெரிதும் இறந்தார்கள். இன்று நகர்ப்புறங்களில் பலர் காற்று மாசினால் வெளியே தெரியாமல் இறந்துவருகிறார்கள். மனிதர்களின் உடல் வலு, செயல்திறமை ஆகியவை குறைந்துகொண்டு வருகின்றன. காற்று மாசுக்களைக் கவர்ந்து இழுக்கும் திறமை கொண்ட ஏரிகளும் குளங்களும் வற்றிப் போய் அல்லது அவற்றின் சக்திக்கு மீறிய மாசுக்களால் சிதைந்து வருகின்றன. அந்த நீர் நிலைகள் இருந்த இடங்கள் எல்லாம் கட்டடங்கள் உருவாகிவிட்டன.

காற்று மாசினால் அமில மழை பொழிகிறது. அது நீர் நிலைகளைச் சீரழித்து பயிர் விளைச்சலைப் பாதிக்கின்றன. தொழில் நகரங்களின் நீர் நிலைகள், காற்று, நிலம் எல்லாமே பாழ்பட்டு நிற்கின்றன. காற்றின் தூய்மையை அளவிட, தூசுக்களைச் சரிசெய்ய நம்மால் முடிவதில்லை. காற்றை மாடுபடுத்துபவர்களில் பலர் தண்டனை பெறாமல் தப்பிவிடுகிறார்கள். ஆயிரக்கணக்கானவர்களைக் கொன்று தின்ற அரக்கன் நம்மையும் தின்ன வருகிறான். வேகமாக வெகு வேகமாக வருகிறான்.

28

எரியும் கிரகம்

நாம் உடனடியாக ஏதேனும் உருப்படியாகச் செய்யவில்லையென்றால் பூமி விரைவிலேயே அழிந்துவிடும் என்று ரவி பயந்தார். வாகன எரிபொருள் பயன்பாடு, காடுகள் அழிப்பு, மேய்ச்சல் நில அழிப்பு ஆகியவற்றால் அதிகரிக்கும் கார்பன்டை ஆக்ஸைடு மற்றும் பசுமைக் குடில் வாயுக்களினால் பூமியின் வெப்பம் அதிகரித்துக் கொண்டே வருகிறது. மனிதர்கள் பயன்படுத்துவற்றில் இருந்து வெளியாகும் கார்பன் அளவு அதிகரித்துக் கொண்டே செல்வதால் சுற்றுப்புறத்தின் வெப்பமும் அதிகரித்துக்கொண்டே செல்கிறது. பனிப்பாறைகள் உருகி கடல் மட்டங்கள் உயர்கின்றன. நன்னீர் அளவு வேகமாகக் குறைந்து வருகிறது.

பருவ நிலைகள் தாறுமாறாக ஆகத் தொடங்கிவிட்டன. கோடைகள் அதி வெப்பமாகத் தகிக்கின்றன. குளிர்காலங்கள் உறை குளிரால் உறையவைக்கின்றன. நகரங்கள் கொதிக்கும் பானைகள் போல் ஆகிவிட்டன. இதனால் அதிக மழை பெய்து வெள்ளமும் அதிகரிக்கின்றன. கிராமப்புறங்களிலோ மழை குறையத் தொடங்கிவிட்டது. மோசமான வானிலை, வெப்பக் காற்று, வெள்ளம், புயல், வறட்சி போன்றவை ஏழை எளிய மக்களைத்தான் முதலில் தாக்குகின்றன. கடலோர நகரங்கள் மூழ்கத் தொடங்கிவிட்டன. இப்படியான இயற்கைப் பேரிடர்களில் இருந்து ஏழைகளுக்கு எந்தவிதப் பாதுகாப்போ உரிய நிவாரணமோ கிடைப்பதில்லை.

கடல்களின் வெப்பமும் அதிகரித்துவருகின்றன. கடல் மட்டம் உயர்வதால் தீவுகள் மூழ்குகின்றன. கடல் நீர் ஊருக்குள் புகுந்து விடுகின்றன. மீன் பிடிப்பு குறைந்துவிடுகிறது. இவற்றினாலும் ஏழைகளும் பலவீனமானவர்களுமே பாதிக்கப்படுகிறார்கள். புவி வெப்பமயமாதலால் மனிதர்கள் மட்டுமல்ல விலங்குகள், தாவரங்கள் என ஒட்டுமொத்த உயிர் வாழ்க்கையே பூமியில் அழிவை நோக்கிப் போய்க்கொண்டிருக்கிறது.

29

வேதனைக்கடல்... கண்ணீர் சாகரங்கள்

அனைத்துக் கழிவுகளும் கொண்டுகொட்டப்படும் இடமாக கடல்கள் இருக்கின்றன. பூமியின் பரப்பில் மூன்றில் இரண்டு பங்கு கடலாக இருக்கிறது. அதுவே பூமியின் மிகப் பெரிய இயற்கை அமைப்பு. ஆயிரக்கணக்கான நுண்ணுயிர்கள், தாவரங்கள், பூச்சிகள், நீர் வாழ் உயிரினங்கள், பாசிகள், நீர் நில வாழ்விகள் அதில் வாழ்கின்றன. அணுக்கழிவு, எண்ணெய்க் கசிவு, வேதிக் கழிவுகள், பிளாஸ்டிக் போன்ற பிற கழிவுகள் இவற்றையெல்லாம் கடலில் கொண்டு கொட்டுவதால் அந்த உயிரினங்களின் வாழ்வாதாரம் கெட்டுப் போகிறது.

பல கடலோர நகரங்களின் கழிவுகள் அனைத்தும் நேராகக் கடலுக்குள் சென்று சேர்கின்றன. எண்ணெய்க் கப்பல்களில் ஏற்படும் கசிவுகளினால் நூற்றுக்கணக்கான சதுர கிலோமீட்டர் கடலானது பாதிக்கப்பட்டு அங்கு வாழும் உயிர்கள் இறக்க நேர்கிறது. இன்னும் சிறிது காலத்தில் கடலில் மீன்களைவிட பிளாஸ்டிக் கழிவுகளே அதிகமாக இருக்கும். நாம் வலை வீசினால் மீன் கிடைக்காது. இந்தக் கழிவுகள்தான் கிடைக்கும்!

அதிக மீன்பிடிப்பு, மீன்களின் வாழ்விடங்கள் மாசுபடுதல் போன்ற வற்றால் மீன் வளத்துறைகள் நலிவடையத் தொடங்கிவருகின்றன. மீன்களின் இனப்பெருக்கத்துக்குப் போதிய இடைவெளி விடப்படாமல் மீன் வேட்டை நடப்பதால் இன்னும் சிறிது காலத்தில் கடலில் மீன்களே இல்லாத நிலைவந்தாலும் ஆச்சரியப்படுவதற்கில்லை.

இழுவை மீன்பிடிப் படகுகளினால் ஆலிவ் ரிட்லி ஆமைகள் அடிபட்டு இறந்துபோகின்றன. அவற்றின் முட்டைகள் பொரிப்பதற்கான கடற்கரைகள் மனித ஆக்கிரமிப்பினால் பெரிதும் பாதிக்கப் படுகின்றன.

கடல் நீரைக் குடிநீராக்கும் திட்டத்தில் கடலுக்குள் தள்ளப்படும் உப்புக் கழிவு நீரானது கடல்வாழ் உயிரினங்களின் வாழ்க்கையை முற்றாகப் பாதிக்கின்றன. திமிங்கில வேட்டை பெருமளவில் நடந்து அந்த இனமே அழியும் நிலை வந்துவிட்டது. உயிரினங்கள் அழியும் வேகத்தைப் பார்க்கும்போது இவை எவையுமே இனி ஒருபோதும் இயற்கையால் மீட்டெடுக்கமுடியாமல் போய்விடுமோ என்று அஞ்ச வேண்டியிருக்கிறது. இவை எல்லாமும் சேர்ந்து பூமியின் நசிவைத் துரிதப்படுத்திவருகின்றன.

பூமியை மீட்டெடுப்பதென்பது ஏதோ விரும்பினால் செய்யலாம் என்ற ஒன்றல்ல; நாம் உயிர் வாழவேண்டுமென்றால் பூமியை மீட்டெடுத்தாக வேண்டிய கட்டாயத்தில் இருக்கிறோம். இல்லையென்றால் பூமி அழியும் முன் நாம் அழிந்துவிடுவோம். நமகென்று இருப்பது இந்த ஒரு பூமிதான். பால்வீதியில் இருக்கும் ஆயிரக்கணக்கான கிரகங்களில் இந்த ஒரு பூமிதான் நம்மை வாழவும் வைக்கிறது. இந்த பூமியை நாம் தான் காப்பாற்றியாகவேண்டும். இந்த பூமிதான் நம்மைக் காப்பாற்றவும் முடியும்.

30

மாசுபடும் நீர் நிலைகள்

ஆறுகள், நீரோடைகள், ஏரிகள், குளங்கள், குட்டைகள், நிலத்தடி நீர் போன்ற நன்னீர் நிலைகளெல்லாமே அழிந்துவருகின்றன. பல ஆண்டுகளாக தொழிற்சாலைக் கழிவுகள், நகராட்சிக் கழிவுகள், பிணங்கள், அழுக்குகள், குப்பைகள் என எல்லாமே இந்த நன்னீர் நிலைகளை நோக்கியே கொட்டப்பட்டுள்ளன. உலகிலேயே மிகவும் மாசடைந்துள்ள நதி நம் நாட்டில் உள்ளவைதான். ஆறுகள் அனைத்துமே அவற்றின் இயற்கை அழகை, வலிமையை, உயிர்த்துடிப்பை இழந்து வருகின்றன.

ஆறுகள், ஏரிகள் இவற்றின் கரையை ஆக்கிரமித்துகொண்டே செல்வதால் அவை காலப்போக்கில் குறுகிவிடுகின்றன. இதனால் மழைக்காலங்களில் வெள்ளப்பெருக்கு எடுத்து பெரும் சேதம் ஏற்படுகிறது. கோடைக் காலத்தில் வறண்டுபோகிறது. நிலத்தடி நீரை நாம் அளவுக்கு அதிகமாக உறிஞ்சிவருகிறோம். இதனால் இன்னும் இன்னும் என்று அதி ஆழத்துக்குத் தோண்டியாக வேண்டி வருகிறது. அப்போதும் நிலத்தடி நீரைச் செறிவூட்டும் வேலை ஒழுங்காக நடக்காமல் போவதால் சுத்தமாக நிலத்தடி நீரே இல்லாமல் போவதோடு பூமியில் ஏராளமான துளைகளைப் போடுவதில்போல் முடிகிறது.

தண்ணீர் பற்றாக்குறை ஏற்படும்போது மக்களுக்கு மாசடைந்த சுகாதாரமற்ற தண்ணீரே அரசால் விநியோகிக்கப்படுகிறது. நீரினால் வரும் நோய்கள் பெருகிக்கொண்டே இருக்கின்றன. பாட்டில்களில்

விற்கப்படும் தூய்மையான நீரை அதிக விலை கொடுத்து வாங்க ஏழைகளால் முடிவதில்லை. பாட்டிலில் அடைக்கப்படும் நீரில் செய்யப்படும் வேதிவினைகள், ஆக்ஸிஜனேற்றம் போன்றவை வேறு பல நோய்களைக் கொண்டுவருகின்றன.

குறைந்துவரும் நீர் வளமானது அதைப் பகிர்ந்துகொள்ளும் அண்டை மாநிலங்களிடையே பகைமையை உருவாக்குகின்றன. பெரிய அணைகள் எல்லாம் பெரிய வெடி குண்டுபோல் ஆகிவருகின்றன. அதோடு அதில் இருந்து நீர் திறந்துவிடுவதென்பது அரசியல் காரணங்களால் மட்டுமே தீர்மானிக்கப்படுகின்றன. அண்டை அயல் நாடுகள், மாநிலங்களிடையே மோதல் ஏற்படுவதை இனி தடுக்கவே முடியாது. மூன்றாம் உலகப்போரானது நீருக்காக ஏற்படும் என்று முன்பு சொல்லப்பட்டபோது மிகையான யூகம் என்று நம்பியிருந்தோம். ஆனால், அது இப்போது உண்மையாகிவிடுமோ என்ற பயம் லேசாக உருவாகத் தொடங்கியிருக்கிறது.

நீர் நிலைகளில் களைகள் அதிகரிக்கத் தொடங்கியிருக்கின்றன. நன்னீர் நிலைகளில் மீன்களின் எண்ணிக்கை வெகுவாகக் குறையத் தொடங்கிவிட்டன. வெள்ளங்கள், வறட்சி போன்றவை மாறி மாறி வந்து எந்தவித மீட்சிக்கும் வழியில்லை என்றொரு நிலையை உருவாக்கிவிட்டன. அன்றாடம் பயன்படுத்தும் பொருட்களை உற்பத்தி செய்ய ஆகும் நீரின் அளவு நாளுக்கு நாள் அதிகரித்துக் கொண்டே செல்கிறது. ஒவ்வொரு ஆண்டும் நீரின்றி வாடும் நகரங்களின் எண்ணிக்கை பெருகிக்கொண்டே செல்கிறது.

கழிவுநீர்க் கால்வாய்கள் முறையாக பராமரிக்கப்படாததால் குடி நீரில் கழிவுகள் கலப்பது அதிகரித்துவருகிறது. விவசாயம், தொழில்துறை ஆகியவை அதிக நீரைப் பயன்படுத்துவதால் குடிமக்களுக்குக் கிடைக்க வேண்டிய நீரின் அளவு வெகுவாகக் குறைந்துவருகிறது. எப்போதும் போல் இவற்றிலும் ஏழைகளும் பலவீனமானவர்களுமே அதிகம் பாதிக்கப்படுகிறார்கள். இவர்களே இந்தச் சீர்கேடுகளினாலும் அதிகம் நோய்வாய்ப்பட்டும் இறந்தும் போகிறார்கள்.

31

விஷமான பூமி

நீரையும் காற்றையும் போலவே நிலமும் நஞ்சாக்கப்பட்டுவருகிறது. நகராட்சிகளின் கழிவு, மட்காத குப்பைகள், பிளாஸ்டிக்குகள் போன்றவை எல்லாம் இவற்றைக் கொண்டு கொட்டவும், முறையாக அழிக்கவும் இட வசதி இல்லாத காரணத்தால் நல்ல நிலங்களையும் பாழ்படுத்தி வருகின்றன என்று ரவி டைரியில் குறிப்பிட்டிருக்கிறார். மின்னணு சாதன கழிவுகள், வேதிக் கழிவுகள், மின்சார பேட்டரிகள் இவையெல்லாம் விலங்குகளுக்கும் பயிர்களுக்கும் பெரும் தீங்கை விளைவிக்கின்றன.

அபாயகரமான கழிவுகளுக்கான தனியான வேலியிடப்பட்ட பகுதி என்பது தற்காலிகத் தீர்வுதான். கழிவு நீரைச் சுத்திகரிக்கும்போது உருவாகும் கழிவானது மிகப் பெரிய சிக்கலாக மாற வாய்ப்பு இருக்கிறது. பாதரசம் ஏன் அணுக்கசிவு ஏற்பட்டு மக்கள் இடம் பெயர்க்கப்படவேண்டிய நெருக்கடி கூட ஏற்பட்டுள்ளது.

கண்மூடித்தனமான நுகர்வுக் கலாசாரம் ஏகப்பட்ட குப்பைமலைகளை உருவாக்கத் தொடங்கியிருக்கிறது. உணவுப் பொருட்களைப் பொதிந்துதரப் பயன்படுத்தப்படும் மட்காத குப்பைக் கழிவுகள் எல்லை கடந்துபோய்விட்டன. இப்படியான குப்பை மலைகளுக்கு அருகில் வசிக்க நேரும் ஏழை எளியவர்கள்தான் இதிலும் பெரிதும் பாதிக்கப்படுகிறார்கள்.

மேய்ச்சல் நிலங்கள் எல்லாம் குப்பைக் காடாக ஆகிவருகின்றன. விலங்குகளுக்கான நீர் நிலைகளில் பிளாஸ்டிக் குப்பைகள் சேர்வதால்

அவற்றுக்குப் பெரும் தீங்குகள் நேருகின்றன. அணு உலைக் கழிவுகளை அப்புறப்படுத்துவதென்பது நூறு சதவிகிதம் பாதுகாப்பான வழிமுறை அல்ல. நகர்ப்புறங்களில் நிலம் என்பது போதுமானதாக இல்லை. பல்வேறு நெரிசல்கள், நெருக்கடிகளுடன் தான் அங்கு மனிதர்கள் வாழ்கிறார்கள். குப்பை சேகரிப்பவர்கள், துப்புரவுப் பணியாளர்கள் இவர்கள்தான் இந்த அபாயகரமான குப்பைகளைக் கையாள்வதால் எளிதில் பெரும் துன்பங்களுக்கு ஆளாகிறார்கள்.

32

கனவுகள் குலையும் காலம்

காடுகள் அழிகின்றன. அவை அழிக்கப்பட்டு வயல்களாக, மேய்ச்சல் நிலங்களாக, தோட்டங்களாக, தோப்புகளாக ஆக்கப்படு கின்றன. மனிதர்களால் வைக்கப்படும் தீயினால் பல லட்சம் ஹெக்டேர் காடுகள் எரிந்து சாம்பலாகின்றன.

இன்று பூமியானது பல்வேறு உயிரினங்களை இழந்து தன் பன்முகத் தன்மையை இழக்கத் தொடங்கியிருக்கிறது. உணவுச் சங்கிலி கலகலக்க ஆரம்பித்திருக்கிறது. மாமிச உண்ணிகள், தாவர உண்ணிகள், பிணந்தின்னிகள் ஆகியவற்றின் சமநிலை குலைய ஆரம்பித்திருக் கிறது. மரங்கள் செடி கொடிகள் குறைந்துபோவதால் மண் அரிப்பைத் தடுக்க முடியவில்லை. நிலம் பாலைவனமாகவதையும் தடுக்க முடியவில்லை. கலைப் பொருட்கள், மருந்துகள், பாலுணர்வுத் தூண்டிகள் இவற்றைத் தயாரிக்க விலங்குகளின் கொம்புகள் வேட்டையாடப்படுகின்றன.

அளவு கடந்து நீளும் கோடைகள், புதிய நோய்கள், தண்ணீர்-உணவுப் பற்றாக்குறை இவற்றால் விலங்குகள் மடிவது அதிகரித்திருக்கிறது. களைகள் பெருகி பயிர்களின் சமநிலையைக் குலைக்க ஆரம்பித்திருக் கின்றன. காடுகளை அழித்து மேய்ச்சல் நிலங்களாக ஆக்குதல், காடுகளை எரித்து விவசாயம் செய்தல், மரங்களை வெட்டுதல் போன்றவை பெருகிவருகின்றன. தேயிலை, காபி, ரப்பர் போன்ற பணப்பயிர்களுக்காக அமேஸான் காடுகள் அழிக்கபட்டுவருகின்றன. பூமியின் பசுமை குறைந்துவருகிறது. உயிர் வாழ்தலுக்குப் பெரும் நெருக்கடி அதனால் ஏற்படுகிறது.

33

காதைத் துளைக்கும் இரைச்சல்...

வாகனங்கள், ஜெட் விமானங்கள், இயந்திரங்கள் போன்றவை ஏற்படுத்தும் சப்தங்கள் மிக அதிகமாக இருக்கின்றன. சில நேரங்களில் காது செவிடாகிவிடக்கூடும் என்னும் அளவுக்கு இரைச்சலை ஏற்படுத்துகின்றன. தொடர்ந்து கேட்டுக்கொண்டிருக்கும் இந்த இரைச்சலானது மனிதர்கள், விலங்குகளை உடல்ரீதியாகவும் மனரீதியாகவும் வெகுவாக பாதிக்கின்றன. இப்படியான இரைச்சலைச் கேட்டபடி வாழ நேரும் ஏழைகளுக்கு சரியான தூக்கம் இருப்ப தில்லை. எரிச்சல், கோபம், பிற வகை நோய்கள் என அவர்களுக்கு ஏற்படுகின்றன.

ரவி தன் டைரியில் இதுபற்றி விரிவாக எழுதியிருக்கிறார். இரைச்சல் ஏற்படுத்தும் தீமைகள் பற்றி நாம் சரியாகப் புரிந்துகொள்ளவில்லை. அது நம்மை வெகுவாக நம்மை அறியாமலேயே பாதித்துவருகிறது. அதிலும் ஏழைகள் படும் துன்பம் மிக அதிகம் என்று அவர் எழுதியிருக்கிறார்.

தியேட்டர்கள், பொது இடங்களில் ஸ்பீக்கர்கள் அலறுகின்றன. மத வழிபாட்டு மையங்களில் இருந்து சாதா நாட்களிலும் பெரிதும் திருவிழாக் காலங்களிலும் போட்டிபோட்டுக்கொண்டு உச்ச ஸ்தாயியில் பாடல்கள் போடப்படுகின்றன. அரசியல்வாதிகள், நடிகர்களின் பிறந்த நாட்கள், நினைவு நாட்களிலும் இந்தக் கூத்துகள் அரங்கேறுகின்றன.

சட்டவிரோதமாக இறக்குமதி செய்யப்படும் பட்டாசுகள் மிகப் பெரிய சப்தத்துடன் வெடிக்கின்றன. எந்தவித தண்டனை குறித்த பயமும் இன்றி அவை வயதானவர்கள், நோயாளிகள், குழந்தைகள், விலங்குகள் எல்லாருக்கும் பெரும் துன்பத்தைத் தருகின்றன. அதிலும் திடீரென்று பெரும் சப்தத்துடன் வெடிக்கும் பட்டாசு மாரடைப்பையே வரவைத்துவிடும். கார்ப்பரேட் கலாசாரம் முன்வைக்கும் டிஸ்கொதேகள், இசை நிகழ்ச்சிகள் எல்லாம் உச்ச பட்ச சப்தத்தையே இலக்காகக் கொண்டு நடக்கின்றன.

ஏழைகளின் வீட்டுச் சுவர்கள் இந்த இரைச்சலைத் தடுக்க முடிந்தவை அல்ல. அவர்களுக்கு இரைச்சலில் இருந்து தப்பிக்கும்படியாக காதை அடைத்துக்கொள்ள கருவிகளும் இருக்காது. கர்ப்பவதிகள் தாமும் சிரமப்பட்டு வயிற்றில் இருக்கும் குழந்தைக்கும் சிரமம் வருவதைப் பார்த்து வேதனைப்படுவார்கள். இந்த இரைச்சல்கள் நம் சுற்றுச் சூழலில் ஏற்படுத்தும் கெடுதல்கள் பற்றி நமக்கு இன்னும் சரியாகப் புரியவில்லை. கண் கெட்ட பிறகு சூரிய நமஸ்காரம் என்பதுபோல் பிரச்னை முற்றிய பின் இதற்கான தீர்வுகளை நாம் தேடிப் பலனில்லை என்று வேதனைப்பட்டிருக்கிறார் ரவி.

34

மக்களிடம் அதிகாரம்

ஆக்ஸிஜன் பிரகடனத்தின் முக்கியமான ஓர் அம்சம் அதிகாரப் பகிர்வு... மையத்தில் அதிகாரத்தைக் குவிப்பதற்கு மாற்றாக அதிகாரத்தைப் பகிர்ந்து கொடுத்தல். மக்களால், மக்களுக்காக, மக்களினால் என்பதுதான் மக்களாட்சி என்பதன் உண்மையான அர்த்தம். அதில் மக்கள் தமது அரசியல் பிரதிநிதிகளைத் தாமே தேர்ந்தெடுப்பார்கள். ஆனால், வாக்கு வங்கி அரசியலானது மக்களை அணி பிரித்துவருவதை நாம் பார்க்கிறோம். நம்மவர்-எதிராளி, நண்பர்-பகைவர், பிடித்தவர்-பிடிக்காதவர் என அணி பிரிந்து செய்யும் அரசியலே இன்று நம் நாட்டில் நடக்கிறது.

மோதல், விமர்சனம், பகைமை இவையே அடிநாதமாக இருக்கின்றன. எதிராளியை எப்படியாவது என்ன தகிடுதத்தம் செய்தாவது வீழ்த்துவது என்பதே அனைவரின் இலக்காகவும் இருக்கிறது.

ஜனநாயகம் என்பது வாக்குகள் மற்றும் வாக்கு வங்கிகள் என்பதாகக் குறுகிவிட்டது. அதிகாரப் பகிர்வு என்றால் மக்கள் பிரதிநிதிகளிடம் இருக்கும் அதிகாரத்தை எடுத்து மக்களிடம் கொடுப்பதுதான். கடைக்கோடி மனிதரிடம் அதிகாரம் என்பதுதான் மக்களாட்சியின் உண்மையான அர்த்தம்.

மக்களைப் பற்றிய விவரங்கள், ஆவணங்கள், மக்களின் செயல் பாடுகள் இவை பற்றிய தகவல்கள் அரசுக்கு மிகவும் அவசியம். குடிமகன்களைப் பற்றிய முழு விவரங்கள் நம்மிடம் இருப்பதில்லை.

அவர்கள் யார், எப்படி இருப்பார்கள், அவர்களுடைய கனவுகள் என்ன என்று எதுவுமே நமக்குத் தெரிவதில்லை. மக்கள் என்ன விளைவிக்கிறார்கள்; என்ன சாப்பிடுகிறார்கள் என்பது நமக்குத் தெரிய வேண்டும்.

அவர்களுடைய வாழ்வாதாரம் என்ன, செலவினங்கள், சம்பாத்தியங்கள், கடன்கள், பொது சேவைகளை எந்த அளவுக்குப் பயன்படுத்துகிறார்கள், அவர்களுடைய பொருளாதார பலம் என்ன, எந்த அளவுக்கு எரிபொருள் பயன்படுத்துகிறார்கள், தண்ணீர் பயன்படுத்துகிறார்கள், எப்படியான இடங்களில் வசிக்கிறார்கள் என்பதெல்லாம் நமக்குத் தெரியவேண்டும். அவர்கள் சுவாசிக்கும் காற்று எப்படியானதாக இருக்கிறது, அவர்கள் பருகும் நீ எப்படி இருக்கிறது, அவர்கள் உண்ணும் உணவு எப்படி இருக்கிறது என்பதெல்லாம் தெரிந்தாகவேண்டும்.

அனைவருக்குமான வளர்ச்சி என்று அரசாங்கங்கள் சொல்லிக் கொண்டாலும் இன்னும் வறுமைக்கோட்டுக்குக் கீழே இருக்கும் நலிவடைந்த மக்கள், சமூகங்கள் ஆகியவற்றுக்கு மீட்சி கிடைத்திருக்கவில்லை. அதிகாரப் பரவலாக்கம் என்பது தனி நபர்கள், குடும்பங்கள், சமூகங்கள், வாழிடங்கள் ஆகியவற்றை மையமாக வைத்து திட்டங்களைத் தீட்டும். மக்களுடன் கலந்துரையாடி, அவர்களுடைய கருத்துகளைக் கேட்டே அனைத்து திட்டங்கள் தீட்டப்படும்.

மையம் அழிக்கப்பட்ட மக்களாட்சியில் சமூகங்கள் தமது பிரதி நிதிகளைத் தேர்ந்தெடுப்பார்கள். அவர்கள் அதற்கு அடுத்த கட்ட பிரதிநிதிகளை, வேட்பாளர்களைத் தேர்ந்தெடுப்பார்கள். வேட்பாளர் களை கட்சித் தலைமையகம் தீர்மானிக்காது. பெரும் நிதியின் தேவை எதுவுமின்றி, ஊடகங்களின் பங்களிப்புகள் இன்றி தேர்தல்கள் மிக எளிமையாக நடத்தப்படும். மக்களை நேருக்கு நேர் சந்திப்பதுதான் முக்கியமான அம்சமாக இருக்கும். தேர்தலுக்கு முன்பாகவே தலைவர் யார் என்பது சொல்லப்படாது. தேர்ந்தெடுக்கப்படும் பிரதிநிதிகள் ஒன்று கூடி புதிய தலைவரைத் தேர்ந்தெடுப்பார்கள்.

பொதுவாக தீர்மானங்கள் எல்லாம் அடிமட்டத்தில்தான் எடுக்கப்படும். பெரிய கொள்கை முடிவுகள், ஒருமித்த சம்மதத்தைப் பெறுதல் ஆகியவற்றுக்காக மட்டுமே மாவட்ட, மாநில, தேசிய அளவுக்கு விஷயங்கள் கொண்டு செல்லப்படும். அவை அல்லாமல் பிற அனைத்தும் கிராமப்புற அளவிலேயே தீர்மானிக்கப்படும்.

அடிமட்ட அலகுகள் தமக்கான வரி, நிதி வசூலைத் தாமே தமது தேவைகளுக்கு ஏற்ப செய்துகொள்ளலாம். மேலிருந்து எந்த கெடுபிடியும் இருக்காது. உயர் மட்ட அமைப்புகள் ஒருங்கிணைப்பு, பெரிய அளவிலான உள் கட்டுமானம் ஆகியவற்றை மட்டுமே கவனித்துக்கொள்ளும். சிறியதே அழகானது. இதுதான் ரவியின் கொள்கை. மிகப் பெரிய விஷயங்களுக்கு மட்டுமே அரிதாகவே மாநில, தேசிய அரசுகளை நாடவேண்டும் என்பது ரவியின் லட்சியத் திட்டங்களில் ஒன்று.

35

புகையில்லா நெருப்பு

அரசாங்கத்தின் தேவையே இல்லை என்ற நிலைக்கு மக்கள் வரவேண்டும். கூட்டுறவு, புதிய வழிகள் ஆகியவற்றின் மூலம் மக்கள் தாங்களாகவே தம்மை ஆண்டுகொள்ளவேண்டும். பசி, வீட்டு வசதி, துப்புரவு, சுகாதாரம், அடிப்படை மருத்துவ வசதி, குப்பைகளை அகற்றுதல், ஆரம்ப மற்றும் நடுநிலைக் கல்வி, திறமை வளர்ப்பு, உடைகள், நீர் விநியோகம், மின்சாரம், சதுப்பு நில நிர்வாகம், நீர் நிலைகளைப் பாதுகாப்பது போன்றவையெல்லாம் அடிப்படையில் அந்தந்தப் பகுதி மக்களால் கவனித்துக் கொள்ளப்படவேண்டியவையே. தகுதியும் திறமையும் வாய்ந்த, அதிகாரம் தரப்பட்ட எளிய நபர்களால் செய்ய முடிந்த விஷயங்களே.

இன்று அரசாங்கங்கள் சர்வ வல்லமை கொண்டவையாக இருக்கின்றன. மக்களுக்கும் சமூகங்களுக்கும் போதிய பலம் இல்லை. அவை எல்லாவற்றுக்கும் வெளி உதவிகளை நம்பும் நிலைக்குப் போய் விட்டார்கள்.

ஆக்ஸிஜன் பிரகடனத்தின்படி சிறிய அலகுகள் சுய சார்பும் தன்னிறைவும் பெற்றவையாக ஆக்கப்படும். பணம், ராணுவம், சட்ட ஒழுங்கு, பெரிய திட்டங்கள், அயலுறவு, விசேஷ சேவைகள் போன்றவை மட்டுமே தேசிய அரசின் பொறுப்பில் இருக்கும். எனினும் அரசானது மக்களின் படைப்பூக்கம், கனவுகள் இவற்றைப் பூர்த்தி செய்ய உதவுவதிலேயே அதிக கவனம் செலுத்தும்.

பெரும்பாலான அரசு நிறுவனங்களைக் கலைத்துவிட்டு அரசானது முக்கிய விஷயங்களை மட்டுமே கையாள்வதாக, உயிர்த்துடிப்பு மிக்கதாக, கூர்ந்து செயல்படுவதாக இருக்கவேண்டும். இப்போது இருப்பதுபோல் அனைத்தையும் எடுத்துப் போட்டுக்கொண்டு யானை போல் மந்தமாக நடந்துகொண்டு, பிரமாண்டமானதாக இருக்கத் தேவையில்லை. வேலைகளை விரைந்து முடிப்பதாக இருக்க வேண்டும். மக்களை பலப்படுத்திவிட்டு பொறுப்புகளை அவர்களிடம் கொடுத்துவிடவேண்டும். இடைத் தரகு அமைப்புகளே இருக்கக் கூடாது. நேரடிச் செயல்பாடுகளே ஊக்குவிக்கப்படவேண்டும்.

ஆக்ஸிஜன் பிரகடனம் என்பது அதிகாரத்தைக் கைப்பற்றும் நோக்கம் கொண்டதல்ல. அதிகாரத்தைப் பகிர்ந்துகொடுக்கும் நோக்கம் கொண்டது. நேரடிச் செயல்பாடுகளை ஊக்குவிக்கக்கூடியது. முதல்நாளில் இருந்தே மக்களை நேரடியாக களத்தில் இறங்கிப் பணி செய்யத்தூண்டும். அரசியல் அதிகாரம் கிடைத்தால் ஏற்றுக்கொள்ளும். ஆனால், அது அல்ல இலக்கு.

தூய அரசியல் என்பது அர்ப்பண உணர்வை அடிப்படையாகக் கொண்டது. வெறும் கனவுகளைக் கொண்டதல்ல. தேர்தல்களில் வெற்றிபெறுவதை இலக்காகக் கொண்டதல்ல. மக்களுக்கான சேவையை அடிப்படையாகக் கொண்டது. இன்று இருக்கும் பல அரசியல் கட்சிகள் தமது கொள்கை கோட்பாடுகளை மறந்துவிட்டன. வாக்கு வங்கிகளைக் கவரும் நோக்கில் ஒவ்வொரு பிரச்னையாகப் பேசிப் பேசி மக்களிடம் செல்வாக்கைத் தக்கவைக்கக் கீழ்த்தரமாகச் செயல்பட்டுவருகின்றன. வெற்றுப் பிரசாரம், சொற்ப நலப் பணிகள் என்பதாக அவற்றின் வியூகங்கள் மாறிவிட்டன. ஆக்ஸிஜன் பிரகடனம் அப்படிச் செய்யாது. சுற்றுச்சூழல் அக்கறையுடன் அமைப்புகள், செயல் திட்டங்களை வடிவமைத்து வாழ்விடங்களை மேம்படுத்துவதை இலக்காகக்கொண்டு செயல்படும். செல்வத்தைப் பகிர்ந்துகொண்டால் குறைந்துவிடும். ஆனால், மகிழ்ச்சியைப் பகிர்ந்துகொண்டால் அது பெருகும் என்று சொல்வார்கள்.

நமது கொள்கை செல்வத்தைப் பெருக்குவதல்ல. வாழிடங்கள், சுற்றுச்சூழல் ஆகியவற்றைப் பாதுகாத்து தனி நபர்கள், சமூகங்களின் தேவைகளைப் பூர்த்தி செய்வதுதான். அதிகாரத்தைக் கைப்பற்று வதைவிட, செயல்கள், முன்னெடுப்புகள், புதுமை, நேர்த்தியான நடைமுறை இவற்றுக்கே முக்கியத்துவம் தரப்படும். அனைவரையும் அரவணைத்தல், கூட்டுறவு இவையே நம் தாரக மந்திரம். விமர்சனம், மோதல், வாக்கு வங்கி அரசியல், எண்ணிக்கை பலம் இவற்றை எல்லாம் நாம் பொருட்படுத்தவேண்டிய அவசியமே இல்லை. நம்முடைய அரசியலானது சூரிய ஒளிக்கதிரைப்போல் அதி தூய்மையானதாக, மாசற்றதாக இருக்கும்.

36

ஊழல்களென்னும் ஊடகக் கூத்துகள்

ஊழல்களைப்பற்றி ரவியிடம் கேட்கப்பட்டபோது அவர் ஒரு விரக்தியான பதிலைச் சொல்லியிருக்கிறார். நம்முடைய பெரும் பாலான ஊழல்கள் எல்லாம் ஊடகங்களால் முன்னெடுக்கப்பட்ட கூத்துக்களே. ஆயுதங்கள்-வெடி மருந்துகள் வாங்கியது, ஸ்பெக்ட்ரம் அலைக்கற்றை ஒதுக்கீடு, கனிமச் சுரங்க ஊழல், பணி நியமன ஊழல், நில அபகரிப்பு, அதிகாரபூர்வ நியமனங்கள், சாலை கட்டுமான ஊழல், மதுபான ஊழல், மணல் திருட்டு போன்றவை எல்லாம் பெரும் பரபரப்பைக் கிளப்பினவே தவிர வேறு எந்தப் பெரிய தாக்கத்தையும் ஏற்படுத்தவில்லை. நீதித்துறை மற்றும் புலனாய்வுத்துறைகளின் நேரத்தையும் சக்தியையும் வீணடித்தனவே தவிர வேறொன்றும் செய்யவில்லை.

மக்களுடைய ஞாபக சக்தி மிகவும் குறைவு. ஊழல்கள் எல்லாம் சீக்கிரமே மறந்துவிடுகின்றன. ஊடகங்களும் அவற்றில் ஆர்வத்தை இழந்துவிடுகின்றன. நீண்ட நெடிய சட்டப் போராட்டங்களுக்குப் பிறகு குற்றம் சாட்டப்பட்டவர் போதிய ஆதாரம் இல்லை என்று சொல்லி விடுதலைச் செய்யப்பட்டுவிடுவார்.

நம் நாட்டில் வெளியான எல்லா ஊழல்களிலும் இதுதானே நடந்திருக்கிறது. அப்படியானால் இந்த நடவடிக்கைகளின் பயன் தான் என்ன? தொடர்ந்து மக்கள் ஏமாற்றத்தானேபடுகிறார்கள். தேர்ந்தெடுப்பதற்கு முன்பாக நம் அரசியல்வாதிகளைப் பற்றி

மக்களுக்குத் தெரியாதா என்ன? மிக அதிக அதிகாரத்தை அவர்கள் கைகளில் கொடுத்துவிட்டு அவர்கள் நேர்மையாக நடந்துகொள்ள வேண்டும் என்று எதிர்பார்ப்பது முட்டாள்த்தனம் இல்லையா..? நம்மை நாமே முட்டாளாக்கிக் கொண்டுதானே வருகிறோம் என்று அவர் ஊழலுக்கு எதிரான நடவடிக்கைகள் குறித்து மனம் கசந்து பேசியிருக்கிறார்.

37

பெருகும் குற்றச் செயல்கள்...
பலவீனமான தண்டனைகள்

குற்றங்கள், தண்டனைகள் பற்றியும் ரவி இப்படி ஒரு வேதனையான பதிலையே குறிப்பிட்டிருக்கிறார்.

ஏதேனும் ஒரு நபருக்கு எதிரான குற்றம், ஏதாவது ஒரு குற்றச் செயலை மட்டுமே அதிக கவனம் கொடுத்து விவாதிப்பது, ஒரு அநீதியை எதிர்த்து மட்டுமே குரல் எழுப்புவது போன்றவை ஒரு குறிப்பிட்ட சமூகத்துக்கு நீதி கிடைக்க வழிவகுக்கலாம். ஆனால், அப்படியான செயல்பாடுகளினால் பிற அனைத்து பிரிவு மக்களின் நீதி மறுக்கப்பட்டுவிடும் அபாயம் உருவாகிறது.

வரிசையை மீறுவது ஒரு குற்றம். அதற்கான தண்டனையைத் தரவேண்டும். ஆனால், யாரோ ஒருவர் செய்தால் தண்டிக்க முடியும். அனைவருமே அப்படி நடந்துகொண்டால், அதுவே ஒரு வழக்கமாகி விடும்.

ஏதேனும் ஒரு வழக்கில் கூடுதல் அக்கறை காட்டி, துரிதமாகச் செயல் பட்டால் அது பிற ஏராளமான வழக்குகளை ஓரங்கட்டிவிடும். ஊடகங் களின் கவனம் கிடைக்காததால் இன்றும் எத்தனையோ வழக்குகள் முறையாகப் பதிவுசெய்யப்படாமல், முறையாக விசாரிக்கப்படாமல் இருக்கின்றன. குற்றம் எவ்வளவு பெரிதாக இருக்கிறதோ அந்த அளவுக்கு துல்லியமாக விசாரணையும் நடக்கவேண்டும்.

லட்சக்கணக்கான வழக்குகள் ஏகப்பட்ட வாய்தாக்கள், முறையற்ற விசாரணை, அதிகப்படியான சட்ட விவரங்கள், விவாதங்கள், ஒத்தி வைப்புகள், நிறுத்தி வைப்புகள், மந்தம், பொறுப்பேற்க மறுக்கும் தன்மை என எத்தனையோ இடைஞ்சல்களால் தாமதப்படுத்தப்பட்டுக் கிடக்கின்றன. நீதித்துறை நேர்மையானதாகவும் செய் நேர்த்தி மிகுந்ததாகவும் இருக்கவேண்டும். ஊடகங்களில் பேசப்படும் வழக்குகளை மட்டுமே கவனத்தில் கொண்டால் போதாது.

அரசியல் என்பது எதிர் தரப்பின் ஊழல்கள், சுரண்டல்கள் ஆகியவற்றை பொதுப் பேச்சுக்குக் கொண்டுவருவது மட்டுமே அல்ல. அரசியல் குடும்பங்கள் செல்வச் செழிப்பில் மிதப்பதென்பது நம் நாட்டில் மிகவும் சர்வசாதாரணமானதுதான். அரசியல்வாதிகளின் நண்பர்கள், குடும்பத்தினர் அதிகார துஷ்பிரயோகம் செய்வது, சலுகைகள் பெறுவது என்பதும் சகஜம்தான். எனவே ஊடகங்கள் அம்பலப் படுத்தும் ஊழல் என்பது ஊரறிந்த ரகசியத்தை இன்னொரு முறை மேடைபோட்டுச் சொல்லும் செயல் மட்டுமே.

மக்கள் தமது தலைவர்களின் செயல்பாடுகள், நடத்தை, பேச்சுகள் இவற்றை நன்கு புரிந்துகொண்டுதான் இருக்கிறார்கள். ஊழல் வழக்குகள், சுரண்டல்கள் எல்லாமே கவனத்தை ஒரு பக்கம் குவிக்கவும் வேறொரு பக்கத்தில் இருந்து திசை திருப்பவும் செய்யப்படும் தந்திரம் மட்டுமே. ஆக்ஸிஜன் பிரகடனத்தின்படி தனது செயல்பாடுகளில் இப்படியான முயற்சிகளுக்கு இடம் இருக்காது என்று ரவி குறிப்பிட்டிருந்தார்.

38

தி சர்கிள்ஸ்

வட்டம் (சக்கரம்) என்பது இயற்கையின் மாபெரும் செய்தி, வெளிப்பாடு, குறியீடு. வெற்றிடத்தில் விரிந்து கொண்டே செல்லும் மாபெரும் வட்டமாக பூமியானது பெரு வெடிப்பில் உருவானது. ஆற்றலானது ஒரு மையத்தைச் சுற்றி வட்டமாக விரிந்துகொண்டே செல்கிறது. கிரகங்கள் கிட்டத்தட்ட வட்டமான பாதையில் சுற்றி வருகின்றன. அவை வட்டவடிவில்தான் இருக்கின்றன. அவற்றின் வாழ்க்கையும் தொடங்கிய புள்ளியில் வந்து முடிவடையும் வட்டமாகவே இருக்கின்றன.

உயிர் வாழ்க்கை என்பதே பிறப்பு இறப்பு என்ற சுழற்சிக்கு உட்பட்டதுதான். நம் பூமி தட்டையானது அல்ல; கோள வடிவமானது என்ற உண்மை நமக்குத் தெரியவரவே பல நூற்றாண்டுகள் ஆகிவிட்டிருக்கின்றன. நேர்கோட்டு இயக்கம் என்பது வெறும் ஒரு பொய்யே. நீண்ட கால அளவில் எல்லாமே வட்டச் சுழற்சி கொண்டவையே. செல்வ உருவாக்கம், பொருளாதார வளர்ச்சி, இவ்வளவு ஏன் நமது குறுகிய பார்வையை விட்டுவிட்டுப் பார்த்தால் காலம் கூட வட்டத்தில் நகரக்கூடியதுதான். நாம் நிரந்தரமாக வளர்ந்து கொண்டே இருக்கவேண்டுமென்றால் வட்டப்பாதையில்தான் நகர்ந்தாகவேண்டியிருக்கும்.

பதவி நாற்காலிதான் இன்றைய அரசியல்வாதிகளின் ஒரே இலக்காக இருக்கிறது. நம் கொள்கைப் பிரகடனத்தின்படி அப்படியான விலங்குகள் நம்மைப் பூட்ட முடியாது.

ரவி இதைப் புரியவைக்க ஒரு கதையை எழுதியிருந்தார்.

சிவப்பு மாமிச (பாலூட்டிகளின் மாமிசம்) தொழில் பிரிவானது செலவைக் குறைக்கவும் செயல் திறனை மேம்படுத்தவும் முடிவு செய்தது. புல்வெளிகளில் சுதந்தரமாக மேய்ந்து இயற்கையாகப் பெருக்கும் கால்நடைகளை வெட்டிக் கொல்வது போதுமானதாக இருக்கவில்லை. எனவே அவற்றைக் கட்டிப் போட்டு அளவுக்கு அதிகமான உணவைக் கொடுத்து சீக்கிரமே உடல் பெருக்க வைத்து மாமிசத்தை வெட்டி எடுக்க முடிவுசெய்தார்கள். எனவே தொழுவத்தில் அடைக்கப்பட்ட கால்நடைகளுக்கு 24 மணி நேரம் உணவு அதன் முன்னால் பரத்தி வைக்கப்பட்டது.

அவையும் வேறு வேலை எதுவும் இல்லாததால் தின்று தின்று கொழுக்கும் என்று எதிர்பார்க்கப்பட்டது. கால்நடைகள் பகலில் மட்டுமே உண்ணும் பழக்கம் கொண்டவை. எனவே இரவுகளில் அவை எதையும் சாப்பிடவில்லை. மனிதர்கள் விடவில்லை. இரவிலும் பகல் போலவே வெளிச்சத்தை விளக்குகள் மூலம் உருவாக்கினார்கள். கால்நடைகள் குழம்பிப் போய் 24 மணி நேரமும் சாப்பிட ஆரம்பித்தன. ஒருகால்நடை போதிய எடையை அடைந்ததும் அதை கசாப்பு கடைக்குக் கொண்டுசென்றுவிடுவார்கள். அது போனதும் இன்னொரு கால்நடை அந்த இடத்துக் கொண்டுவரப்படும் அப்படியாக கால்நடைகள் அவற்றுக்கான எந்த இயல்பான சுகமும் சுதந்தரமும் இல்லாமல் வெறும் மாமிசத்துக்காகவே வளர்க்கப்பட்டுக் கொல்லப்பட்டன.

அதைப் போலவே நாமும் பள்ளிகளுக்குப் போக ஆரம்பித்ததும் ஒரே இடத்தில் உட்காரவைக்கப்படுகிறோம். எழுந்து நிற்பதென்பது ஒரு சிலருக்கு மட்டுமேயான உரிமைபோல் ஆகிவிட்டது. திரையரங்குகள், மாநாடு நடக்கும் இடம், கருத்தரங்க வளாகம், அரசியல் கூட்டங்கள், அலுவலகம், வீடு, டி.வி. பார்க்கும் நேரம், கார் ஓட்டும் நேரம் ஏன் கழிப்பறையில் கூட நாம் உட்கார்ந்துகொண்டுதான் இருக்கிறோம்.

ஒரு அலுவலகக் கூட்டத்தில் தேநீர், பிஸ்கெட், சமோசாக்களை முடிவற்றுத் தின்றபடியே விவாதிக்கும்போதும் நாம் உட்கார்ந்து கொண்டேதான் இருக்கிறோம். வேலை செய்து போரடித்ததும் உணவு உட்கொள்கிறோம். செயற்கையான விளக்குகள் போடப் பட்டிருக்கின்றன அலுவலகங்களில். இரவு, பகல் என்ற கணக்கு நமக்கும் தப்பிப் போகிறது. சூரியன் மறைந்த பிறகும் அலுவலகங் களில் இரவுப் பணி புரியும்போது சாப்பிடுகிறோம். தேநீர் அருந்துகிறோம். உண்மையில் இரவென்பது தூங்குவதற்கான நேரம். நாமோ அலுவலகங்களில் உழைக்கிறோம். நம்மில் பலருக்கு தூக்கம்

தொடர்பான பிரச்னைகள் வருவதில் வியப்பென்ன? ஒருகட்டத்தில் நம்முடைய அதி பருமனான உடம்பைத் தாங்கும் சக்தியை கால்கள் இழந்துவிடுகின்றன. மருத்துவமனை வீல் சேருக்கான நேரம் இது. அலுவலகத்தில் நமது நாற்காலியில் புதிதாக இன்னொருவர் வந்து அமர்ந்துகொள்வார்!

நாமும் கார்ப்பரேட் நிறுவனங்களின் சிவப்பு மாமிச விலங்குதான் என்று சொல்கிறார் ரவி. தனது ஆக்ஸிஜன் பிரகடனத்தின்படி இதற்கான மாற்று வழியை முன்வைக்கிறார்.

தான் ஒருங்கிணைக்கும் கூட்டங்களில் நாற்காலிகளே இருக்காது. மேடை இருக்காது. மைக்ரோஃபோன் இருக்காது. அனைவரும் சம தூரத்தில், வட்டவடிவில் நின்றுகொண்டிருப்பார்கள். கீழ் மேல் என்ற அடுக்குகளே இருக்காது. கூட்டங்கள் மிகச் சுருக்கமாக பேச வந்த விஷயத்தை கூர்மையாகப் பேசி முடிக்கப்படும். எனவே நின்று கொண்டிருப்பது சிரமமாகவே இருக்காது. புதிதாக ஆட்கள் வந்தால் வட்டம் மெள்ளப் பெரிதாகும். மேலும் ஆட்கள் வந்தால் ஒரு வட்டத்தைத் தொடர்ந்து இன்னொரு வட்டம் உருவாக்கப்படும். கடைசி ஆணுக்கும் பெண்ணுக்கும் இடம் இருப்பதுவரை வட்டம் உருவாக்கப்படும்.

தனது கொள்கைகள் மக்களைச் சென்றடையவேண்டும். அது நடக்காதது வரைஎன்ன பேசினாலும் எழுதினாலும் பலன் இல்லை என்பது ரவிக்கு நன்கு புரிந்திருந்தது. வட்டத்தில் ஒரு ஓரத்தில் நிற்கும் நபருக்கும் செய்தி போய்ச் சேர்ந்தால்தான் இப்போது இருக்கும் அமைப்பை மாற்றியமைக்க முடியும் என்பது தெரிந்திருந்தது. அதற்காக அவர் உருவாக்கியதுதான் சர்க்கிள்ஸ் என்ற அமைப்பு. ரவியின் மனதில் இருந்த மாற்றத்தின் கானகத்தை வளர்த் தெடுப்பதற்கான விதை!

39

லைட்ஸ், கேமரா, ஆக்‌ஷன்...

ஊடகங்கள் இன்று மிகப் பெரிய வணிக நிறுவனங்களால் நடத்தப் படுகின்றன. அரசாங்கங்கள், மற்றும் பிற வணிக நிறுவனங்கள் தரும் விளம்பரங்களை நம்பி நடத்தப்படுகின்றன. ரவி குறிப்பிட்டிருப்பது போல் ஊடகங்கள் என்பவை அதிகாரமையங்களைச் சாராமல் செயல் பட முடியாது. அரசியல் கட்சிகள் ஊடக வெளிச்சத்தில் இருந்தாக வேண்டியிருக்கின்றன.

ஊடகங்களை அரவணைத்துச் சென்று, மாற்றுக் கருத்துகளைச் சொல்லி, அனல் பறக்கவிவாதங்களில் பங்கெடுத்து, மக்களை மயக்கியாகவேண்டியிருக்கிறது. ஊடகங்களைச் சமாளிக்க அரசியல் கட்சிகள் பெரும் தொகைகளைச் செலவிடுகின்றன. தமது கட்சியைப் பற்றிய நல்லெண்ணத்தை மக்கள் மத்தியில் உருவாக்குதல், தன் பிம்பத்தைச் சரிசெய்தல், எதிர் தரப்பின் பிம்பத்தை அழித்தல் என செயல்பட பெரும் பணத்தைச் செலவிடுகின்றன.

அரசியல் கட்சிகளுக்கு அழிவே கிடையாது. எவ்வளவு பெரிய தோல்வியை அடைந்தாலும் எவ்வளவு பெரிய அவமானத்துக்கு ஆளானாலும் அரசியல் கட்சிகளுக்கு அழிவே வராது. ஏனென்றால் செய்திகளுக்கு அழிவு உண்டு. மக்கள் ஒரு செய்தியை அது எவ்வளவு பரபரப்பைக் கிளப்பினாலும் காலப்போக்கில் மறந்துவிடுவார்கள். நல்லதோ கெட்டதோ எந்தச் செய்தியானாலும் சீக்கிரமே நினைவின் பின்னரங்குக்குச் சென்று புதிய தலைப்புச் செய்திகள் வந்து சேர்ந்துவிடும்.

இப்படி நிலைபெற்றிருக்கும் ஊடகப்பரப்பில் புதிதாக ஒன்று வந்தால் பெரிய வரவேற்பு கிடைக்காது. ஊடகங்கள் ஒருபோதும் நமது விடுதலைக்கு வழிவகுக்கவே முடியாது. மக்களிடம் நாம் சென்று சேரவேண்டுமென்றால், நமது திட்டங்கள் வெற்றி பெறவேண்டு மென்றால், இந்த ஊடகங்களையும் தற்போது இருக்கும் அரசியல் சக்திகளின் பொருளாதார வலிமையையும் நாம் தந்திரமாக வளைந்து கடந்தாகவேண்டும் என்று ரவி முடிவு செய்திருந்தார். சர்க்கிள்ஸ் அமைப்பை அப்படித்தான் அவர் வடிவமைத்தார்.

40

புரட்சிகளின் வீழ்ச்சிகள்

வரலாறு நேரடியாக மோதும் போராட்டங்களைவிட வளைந்து கொடுத்து வெற்றி பெற்ற பல போராட்டங்களைப் பதிவு செய்திருக்கிறது. தனது லட்சியத்தை அடைய ரவி என்னவிதமான தந்திரமான வழியைப் பின்பற்ற வேண்டும் என்பது பற்றியும் தெளிவாகக் குறிப்பிட்டிருக்கிறார்.

சுரண்டலுக்கும் அடக்குமுறைக்கும் ஆளாக்கப்பட்ட இந்தியர்களுக்குத் தலைமையேற்று மகாத்மா காந்தி சர்வாதிகாரமும் சர்வவியாபியுமான பிரிட்டிஷ் சாம்ராஜ்ஜியத்தை எதிர்த்துப் போராடினார். அப்போது சத்தியம் மற்றும் அஹிம்சையின் வழியில் போராடும்படி மக்களுக்கு அழைப்புவிடுத்தார். மக்களை அணிதிரட்டுவதில் தனக்கான போராட்ட வழிகளைத் தானே கண்டடைந்தார்.

ஒத்துழையாமை இயக்கம், சட்ட மறுப்பு இயக்கம், உண்ணாவிரதம், உப்பு சத்தியாகிரகம், அந்நிய துணிகள் பகிஷ்கரிப்பு இயக்கம் என பல போராட்டங்களை முன்னெடுத்து ஆதிக்கசக்திகளின் ஆன்மாவுடன் ஒரு பேச்சுவார்த்தையை முன்னெடுத்தார். அடக்கி ஆண்ட காலனிய சக்திகள் மீதுகூட எந்தவித வெறுப்பையும் முன்வைக்கவில்லை. முழுமையான அரசியல் சுதந்தரம் ஒன்றை நீதியின் பாற்பட்டு நேர்மையான முறையில் முன்வைத்தார். அதுபோலவே சுய மரியாதை இயக்கமும் இருதரப்பு மக்களின் ஆதரவையும் பெற்றதாக இருந்தது. பகுத்தறிவையும் காரண காரியத்தையும் முன்வைத்துப் போராடியது. கார்ல் மார்க்ஸ் சந்தைப் பொருளாதாரத்தின் சுரண்டல் வழிகளை விரிவாக அம்பலப்படுத்தினார்.

அந்தப் போராட்டங்களில் பல பின்னாளில் தமது இலக்குகளில் இருந்து வெகுவாகப் பிறழ்ந்தன. அதற்கு அந்த இயக்கங்களை முற்றுகையிட்ட பேராசையே காரணம். அரசியல் சக்திகள் அதிகாரம் மற்றும் செல்வக் குவிப்பை எதிர்த்துப் போராடின. தன் கைக்கு அதிகாரம் வந்ததும் தானே செல்வத்தைக் குவிக்கவும் அதிகாரத்தைப் பெருக்கவும் தொடங்கிவிட்டன. கழுகுகளை எதிர்த்த புறாக்கள் தாமே கழுகுகளாகிவிட்டன.

ரவி வரலாற்றில் இருந்து சரியான பாதையைத் தேர்தெடுத்ததோடு நில்லாமல் அது அந்தப் பாதையிலேயே செல்வதையும் உறுதிப் படுத்தினார். அதுவே அவரை வேறொரு தளத்துக்குக் கொண்டுசென்றது.

41

அதிகாரவர்க்கக் குமிழை உடைத்தல்

தான் ஒரு ஐ.ஏ.எஸ். அதிகாரி என்பதாலோ என்னவோ ரவி பொதுவாக அதிகாரவர்க்கத்தை விட்டுக்கொடுப்பதில்லை. அவருடைய எழுத்துகளில் அது நன்கு தெரியவருகிறது. அவரும் அதில் ஓர் அங்கம் என்பதால் நடுநிலையோடு அணுக அவரால் முடியவில்லை.

ஃபைல்களை அடிப்படையாகக்கொண்ட அதிகார வர்க்கச் செயல் பாடுகள் காகிதக் கட்டுகளால் ஆளப்படும் ஒன்று. எந்தவொன்றையும் ஆவணமாக, எழுத்தில் எழுதிப் பதிவுசெய்து வைத்துக் கொள்வது மிகவும் நல்ல விஷயம்தான். ஏனென்றால் ஒவ்வொரு தடவையும் ஆரம்பத்தில் இருந்து எதையும் செய்யவேண்டியதைத் தவிர்க்க அதுவே உதவும்.

கையேடுகள், விதிமுறைகள், வழிகாட்டிக் குறிப்புகள், உத்தரவுகள், நிர்வாகக் குறிப்புகள், ஸ்டாக் ஃபைல்கள் என அதிகாரவர்க்கம் என்பது காகிதங்களால் கட்டுப்படுத்தப்படும் ஒன்று. இந்த வழிமுறை காலாகாலமாக பல்வேறு இடர்பாடுகளைக் கடந்து ஜீவித்துவருகிறது. ஆனால், ஆமைபோல் நகரும் இந்த ஃபைல்களின் உலகத்தை வேகப் படுத்தியாகவேண்டும். அதாவது டிஜிட்டல்மயமாக வேண்டும்.

காகிதங்களை நம்பி நடக்கும் அலுவலகங்களுக்கு பதிலாக இணைய அலுவலகங்கள் உருவாகவேண்டும். கீழிருந்து மேல் என்ற கட்டமைப்பை கிடைமட்டக் கட்டமைப்பாக ஆக்கவேண்டும். கீழ் அதிகாரிகள் மேல் அதிகாரிகளிடம் கேட்டுத்தான் எதையும் செய்ய வேண்டும் என்பதாக படிநிலை அடுக்காக இருக்காமல் உடனடியாக

முடிவெடுக்கும் வகையில் அனைத்தையும் கணினிமயப்படுத்த வேண்டும். எனினும் இந்த காகித அலுவலகம் காலத்தைக் கடந்து வந்திருக்கிறது. சில சீர்திருத்தவாதிகள் விரும்புகிறார்கள் என்பதற்காக அதை முற்றாக ஒழித்துவிடவேண்டிய அவசியமில்லை என்பதே ரவியின் கொள்கை.

உண்மையான பிரச்னை என்பது விரைந்து முடிவெடுத்தல், முறையான தகவல் தொடர்பு, அதிகாரப் பங்கீடு இல்லாமல் இருப்பதுதான். இவைதான் அவசியம். தீர்வுகளைத் திறம்பட எடுக்க வழிகாட்டிக் குறிப்புகள் உருவாக்கப்படவேண்டும். குறிப்பிட்ட காலத்துக்குள் முடிவுகளை எடுத்தாகவேண்டும்.

மக்களுக்கும் அதிகாரிகளுக்கும் இடையில் தகவல் பரிமாற்றம் மின்னணு ஊடகம் மூலம் நடக்க வழிசெய்யவேண்டும். இவை யெல்லாம் நடந்தால் நம் தேசத்தில் அரசு அலுவலகங்களின் செய் நேர்த்தி அதிகரிக்கும். தகவல் உரிமைச் சட்டம், டிஜிடலைசேஷன், இணைய சேவைகள் போன்றவை அந்த இலக்கை அடையும் நோக்கில் முன்னெடுக்கப்படும் நடவடிக்கைகள்தான். தீர்மானங்கள் எடுப்பது தொடர்பான தெளிவான ப்ரோடோகால் விதிகள், பணியை முறையாகச் செய்யாவிட்டால் உரிய தண்டனை போன்றவை இப்போது இருக்கும் அமைப்பை திறம்படச் செயல்படவைக்கும்.

42

ஊழல் கில்லாடிகள்

அரசின் நலத்திட்டங்கள் முறையாக அமல்படுத்தப்படவில்லை யென்றால் ஊழல்வாதிகள் பல்வேறு ஓட்டைகளை உருவாக்கி அனைத்தையும் சுருட்டிக் கொண்டுசென்றுவிடுவார்கள். இதை விளக்க பழங்கால மன்னர்கள் நடத்தும் படாடோப விழாக்கள் தொடர்பான ஒரு கதையை ரவி குறிப்பிட்டிருக்கிறார்.

ஒரு நாட்டில் மது அருந்துவது அதிகமாகி, பல்வேறு பிரச்னைகள் வருவதாக புகார் எழவே மன்னர் தனது அரண்மனை விருந்துகளில் இரண்டு குவளைக்கு மேல் யாருக்கும் மது தரக்கூடாது என்று உத்தரவு போட்டார். அரச சபையினர், அதிகாரிகள், விருந்தினர்கள் மிகவும் கவலைப்பட்டார்கள். ஒருவர் என்ன செய்தார் என்றால், மிகப் பெரிய குவளையை எடுத்துவந்து வாங்கிக் குடித்தார். அது முந்தைய குவளையைவிட இரண்டு மூன்று மடங்கு பெரியது. மன்னர் சொன்னதுபோலவே இரண்டு குவளைதான் குடித்தார். ஆனால், அது முந்தைய குவளையைவிட பெரிதாக இருந்ததால் மன்னரின் உத்தரவை மீறாமலேயே அதிக மதுவைக் குடிக்க அவருக்கு வழி ஏற்படுத்திக் கொடுத்தது. அவரைப் பார்த்து அனைவரும் பெரிய குவளையில் வாங்கிக் குடிக்க ஆரம்பித்தனர். இன்றைய அதிகாரவர்க்கத்தினரும் அப்படித்தான். விதியை மீறாமலேயே சுரண்டுவதில் கில்லாடிகள்.

சுதந்தர இந்தியாவில் அமல்படுத்தப்பட்ட பல திட்டங்கள் முறையான நபர்களுக்குப் போய்ச் சேர்ந்திருக்கவில்லை. ஏழை விவசாயிகளுக்கு

உதவ வேண்டும் என்று கொண்டுவரப்பட்ட இலவச மின்சாரம் என்ற திட்டமானது 100 ஏக்கர் 200 ஏக்கர் வைத்திருக்கும் பண்ணையார்களால் சுரண்டப்படுகிறது. இலவசமாகத் தரப்படும் நியாயவிலைக் கடைப் பொருட்கள் கள்ளச் சந்தையில் அதிக விலைக்கு விற்கப்படுகின்றன. மழை, வெள்ளம் போன்றவற்றுக்குத் தரப்படும் நிவாரணமானது மாடி மேல் மாடிகட்டிக் குடியிருப்பவர்களாலும், கார், ஜீப் வைத்திருப்பவர்களாலும் வாங்கிச் செல்லப்படுகின்றன.

அரசியல் கட்சிகள் நடத்துக் கூட்டங்களின்போது மேலே செல்லும் ஒயர்களில் இருந்து மின்சாரம் திருடப்படுகின்றன. மின்சாரத் திருட்டை மட்டும் ஒழித்தால் அல்லது முறையாக மின் கட்டணம் வசூலித்தால் அரசுக்கு கோடிகளில் வருமானம் பெருகும். எந்தவொரு அரசுத் திட்டமும், அதன் நடைமுறை வழிகளும் மிகவும் இளகியதாகவே வடிவமைக்கப்பட்டுள்ளன. எளிதில் ஓட்டைகள் போட்டு சுரண்டுவது, தவறான நபர்களால் கைப்பற்றப்படுவது, வளங்களை முறைகேடாகப் பயன்படுத்துவது போன்றவை மிகவும் சர்வசாதாரணமாக நடந்துவருகின்றன.

இதனால் யாருக்காக இந்தத் திட்டங்கள் அமல்படுத்தப்பட்டிருக் கின்றனவோ அந்த ஏழை மக்களுக்கு எந்தப் பலனும் கிடைக்காமல் இடைத்தரரகர்களாக இருப்பவர்களுக்கே அனைத்தும் போய் விடுகின்றன. அரசாங்க அறிக்கைகளில் எல்லா திட்டமும் மிகச் சிறப்பாக நடப்பதாக புள்ளிவிவரங்கள் தெரிவிக்கின்றன. வறுமைக் கோட்டுக்குக் கீழே இருப்பவர்களுக்கு எல்லாம் தரப்பட்டதாக ஆவணங்கள் சொல்கின்றன. ஆனால், ஏழைகளுக்கு அவை கிடைத் திருக்கவில்லை. உண்மையான வளர்ச்சி என்பது நடந்திருக்கவே இல்லை என்று ரவி ஒரு இடத்தில் பேசியிருக்கிறார்.

43

இயற்கை சார்ந்த வளர்ச்சி..?

சஸ்டெய்னபிள் வளர்ச்சி (இயற்கை வளங்களை அழிக்காத வளர்ச்சி) தொடர்பாக ரவியிடம் அடிக்கடி கேள்விகள் கேட்கப்படுவதுண்டு. சுற்றுச்சூழல் மீதான அக்கறையானது இந்தக் கோட்பாட்டில் அடங்கும். ஆனால், ரவிக்கு இந்த வகை வளர்ச்சி மீது பெரிதாக நம்பிக்கை கிடையாது. சஸ்டெய்னபிள் வளர்ச்சியானது மறைமுக மாக சுற்றுச்சூழல் சீர்கேட்டையே ஏற்படுத்தும். மேலும் அதை சரியான செயல் என்று நியாயப்படுத்தவும் செய்யும். சஸ்டெய்னபிள் வளர்ச்சியில் வளர்ச்சிக்குத்தான் முக்கியத்துவம் தரப்படுகிறது. ஆனால், ரவியின் கோட்பாட்டில் சுற்றுச்சூழலுக்கே முக்கியத்துவம் தரப்படும். வளர்ச்சிக்கு அல்ல.

ரவியின் கோட்பாட்டின்படி வளர்ச்சி என்பது சுற்றுச்சூழலை பாதுகாப்பதாக இருக்கவேண்டும். பூமியையும் அதில் வாழும் உயிரினங்களையும் பாதுகாப்பதை இலக்காகக் கொண்டிருக்க வேண்டும். விஞ்ஞானக் கண்டுபிடிப்புகள், தொழில்நுட்ப வளர்ச்சி எல்லாமே இந்த நோக்கத்தையே அடிப்படையாகக் கொண்டிருக்க வேண்டும்.

உதாரணமாக பெட்ரோல், டீசல், நிலக்கரி போன்ற எரிபொருள் களுக்கு மாற்றாக அல்லது அணு மின்சாரம், அனல் மின்சாரம் ஆகியவற்றுக்கு மாற்றாக சூரிய மின்சாரத்தை பெருமளவு உற்பத்தி செய்யவேண்டும் என்று சஸ்டெய்னபிள் வளர்ச்சிக் கோட்பாடுகள் முன்வைக்கும். ஆனால், அந்த சூரிய தகடுகளும், மின் சேமக்

கலன்களும் கூடப் பின்னர் சுற்றுச்சூழலுக்குப் பெரும் கேட்டை விளைவிக்கும் என்பதால், ஆக்ஸிஜன் பிரகடனம் அதை ஆதரிக்காது.

சுற்றுச்சூழலைப் பாதுகாப்பது, வளர்த்தெடுப்பது என்பதையே நம் இலக்காகக் கொண்டால் ஏழ்மை ஒழிப்பு, மக்களுக்கு வலிமை கிடைப்பது போன்றவை தானாகவே நடக்கும். எனவே எல்லா நலத்திட்டங்களும் சுற்றுச்சூழலைப் பாதுகாப்பது தொடர்பாகவே இருக்கவேண்டும்.

44

நம்பிக்கையூட்டும் நீதித்துறை

நீதித்துறை மீதும் ரவிக்கு மிகப் பெரிய விமர்சனங்கள் இருக்கும் என்று எதிர்பார்த்தேன். ஆனால், ஆச்சரியப்படும்படியாக அவர் நீதித்துறையை இதமாகவே அணுகியிருக்கிறார்.

நம் தேசத்தில் உயர் மற்றும் உச்ச நீதிமன்றங்கள் எல்லாம் சுற்றுச்சூழல் சார்ந்து முக்கிய பங்கை ஆற்றிவருகின்றன. அடிப்படை உரிமைகளின் பட்டியலில் சுகாதாரமான சுற்றுச்சூழலும் ஒன்று என்று ஒரு தீர்ப்பு வழங்கப்பட்டுள்ளது. மரங்களை வெட்டிக் காடுகளை அழிப்பதை நீதிமன்றம்தான் கட்டுக்குள் கொண்டுவந்திருக்கிறது. சுரங்கத் தொழில் சார்ந்த சுற்றுச்சூழல் சீர்கேடுகளை நீதிமன்றம்தான் ஒழுங்கு படுத்தியிருக்கிறது. ஆறுகள், காடுகள், காட்டுயிர்கள், மேய்ச்சல் நிலங்கள் போன்றவற்றைப் பாதுகாக்க தனி நபர்கள் மற்றும் குழுக்கள் போட்ட பொது நல வழக்குகளே பல முறையான தீர்ப்புகள் கிடைக்க வழிவகுத்திருக்கின்றன. நீர்நிலைகளில் இருக்கும் ஆக்கிரமிப்புகளை அகற்றுதல், காடுகள் அழிப்பைத் தடுத்தல் போன்ற நடவடிக்கைகளை எடுக்கும்படி அரசாங்கத்தை நீதிமன்றங்களே முடுக்கிவிடுகின்றன.

வளர்ச்சி என்ற பெயரில் சுற்று சூழலுக்குக் கேடுவிளைவிக்கும் அரசின் திட்டங்களை நீதித்துறைதான் கட்டுக்குள் கொண்டு வந்திருக்கிறது. நாட்டின் பொருளாதார வளர்ச்சிக்கு முட்டுக்கட்டை போடுவதாக நீதித்துறையானது விமர்சிக்கப்படுகிறது. நீதித்துறை தனது வரம்பை மீறிச் செயல்படுவதாகக் குறைசொல்லவும்படுகிறது.

ஆனால், நீதித்துறையானது ஒவ்வொரு குடிமகனுக்கும் தூய்மையான சுற்றுப்புறம் கிடைத்தாகவேண்டும்; அது அவர்களுடைய அடிப்படை உரிமை என்று சொல்கிறது. சுற்றுச்சூழல் சார்ந்த பிரச்னைகளை உடனே தீர்க்கும்படி அவை உத்தரவிடுகின்றன. ஆனால், போட்டியின் நடுவரே எப்போதும் விளையாடிக் கொண்டிருக்கமுடியாது. சுற்றுச் சூழல் பிரச்னையைப் பொறுத்தவரையில் நீதிமன்றங்களே ஒரே நம்பிக்கைக் கீற்றாக இருக்கின்றன.

பொதுநல வழக்குகள் மூலம் பல நியாயமான தீர்ப்புகள் கிடைத்திருக் கின்றன. பல பொது நல வழக்குகள் கீழடுக்கு நீதிமன்றங்களில் சரியான தீர்ப்பு கிடைக்காமல் உயர் நீதிமன்றங்களுக்குக் கொண்டு செல்லப்பட்டுள்ளன. தொழில் நிறுவனங்கள், அரசு அமைப்புகள் எல்லாம் வளர்ச்சிக்கு ஆதரவான வாதங்களை நாட்டின் முன்னணி வழக்கறிஞர்களைக் கொண்டு வலுவாக முன்வைக்கின்றன. ஏழைகளுக்கும் சுற்றுச்சூழலுக்கும் ஆதரவான எந்தவொரு வாதமும் இயற்கையை அழிக்காத வளர்ச்சி என்ற கோட்பாட்டினால் ஓரங்கட்டப்பட்டுவிடுகிறது என்று ரவி கவலை தெரிவித்திருக்கிறார்.

45

மோசமான ஆட்சியாளர்கள்.

சுதந்தரம் கிடைத்த காலகட்டத்தில் ஆட்சிக்கு வந்தவர்கள் எல்லாரும் சுதந்தர போராட்டத்தில் பங்குபெற்றவர்களாக இருந்தனர். இந்திய தேசியத்தின்மீது மதிப்பும் மரியாதையும் கொண்டிருந்தனர். சுதேசி, தேசப் பெருமிதம் கொண்டிருந்தனர். ஆனால், அதிகாரவர்க்கத்தின் உயர் அடுக்கில் இருந்த சிவில் பணியாளர்கள் மேட்டுக்குடி மனோபாவம் கொண்டிருந்தனர். பெற்ற பயிற்சி, மனோபாவம், செயல்படும்விதம், நடை உடை பாவனைகள் என எல்லாவற்றிலும் நம்மை அடக்கி ஆண்ட பிரிட்டிஷாரின் வாரிசுகளாகவே இருந்தனர்.

பைப் சுருட்டு புகைத்தபடி கோல்ஃப் விளையாடிக் கொண்டு இருந்த அந்த அதிகாரவர்க்கத்தினருக்கும் அரசியல் தலைவர்களுக்கும் இடையில் எந்தப் பொருத்தமும் இருந்திருக்கவில்லை. அந்த அதிகாரவர்க்கத்தினரைக்கண்டு நம் ஆரம்பகால அரசியல் தலைவர்கள் வாய் பிளந்துதான் நின்றனர். நன்கு படித்திருந்த ஒரு சில அமைச்சர்கள் நீங்கலாக பிறருடன் அதிகாரவர்க்கத்தினர் இணக்கமாக நடந்துகொள்ளவில்லை. இதனால் தொடக்க காலத்தில் பெரும் குழப்பமே அரச நிர்வாகத்தில் நிலவியது. எந்த திட்டமும் கொள்கையும் முழுவடிவம் பெறவில்லை. ஒருவித தேக்க நிலை நிலவியது. இதனால் தேசத்துக்குப் பெரும் இழப்பு ஏற்பட்டது.

பல அரசியல் தலைவர்கள் தனிப்பட்ட அளவில் நேர்மையானவர் களாக இருந்தனர். ஆனால் தொழிலதிபர்கள், இடைத்தரகர்களுடன் சேர்ந்துகொண்டு சில அரசியல்வாதிகள் முறைகேடாக நடக்கத் தொடங்கினர்.

ஜெயப்பிரகாஷ் நாராயணனின் அழைப்பு மற்றும் அதுபோன்ற பல போராட்டங்களைத் தொடர்ந்து இரண்டாம் கட்ட அரசியல்வாதிகள் உருவானார்கள். அவர்கள் எல்லாரும் பிராந்திய மற்றும் மாற்று அரசியலை முன்னெடுத்தனர். இந்தத் தலைமுறை கொஞ்சம் பொறுமையற்றதாகவும் கலக குணம் கொண்டதாகவும் இருந்தது. சில தொழில் அதிபர்கள், இடைத்தரகர்கள் நேரடியாக அரசியலில் இறங்கினர். அவர்களில் சிலர் தேசிய உணர்வைக் கேள்விக் குள்ளாகியதோடு பிராந்தியவாதத்தை முன்னெடுத்தனர்.

அதிகாரவர்க்கத்தில் இடம்பெற கடுமையான தேர்வுகள் யு.பி.எஸ்.சி.யால் கொண்டுவரப்பட்டன. அது ஜனநாயக வழிகளை பலப்படுத்தியதோடு அனைத்து தரப்பினரையும் இடம்பெறவைக்க வும் உதவியது. அரசியல்வாதிகளும் குடிமைப் பணி அதிகார வர்க்கமும் சம அடுக்குக்கு வந்தனர். அவர்கள் அனைவருக்கும் ஒரே மாதிரியான சமூகப் பின்னணி, வளர்ப்பு, கல்வி போன்றவை இருந்தன. எந்த இடைவெளியும் இருந்திருக்கவில்லை. இந்தியாவில் முதன் முறையாக இரு முக்கிய தரப்புக்கும் இடையில் முழுமையான ஒத்திசைவு இருந்தது. தேசம் இந்தக் காலகட்டத்தில் நல்ல வளர்ச்சி கண்டது. வளர்ச்சிவிகிதம் இரண்டு இலக்கமாக இருந்தது.

பிராந்திய மொழிகளில் தேர்வு எழுதுதல், பிற்பட்ட வகுப்பினருக்கு இட ஒதுக்கீடு போன்ற சீர்திருத்தங்கள் சிவில் சர்வீஸ் பணிகளில் கொண்டுவரப்பட்டதைத் தொடர்ந்து நாட்டின் மூலை முடுக்குகளில் இருந்து எளிய மக்கள் அதிகாரத்தின் அடுக்குகளில் ஏற முடிந்தது. அஸாம்கர், பேகுசராய், விருதுநகர், நெல்லூர், இடாநகர், பாரமுல்லா, ஷாடோல் என நாட்டின் அனைத்து பகுதிகளில் இருந்தும் சிவில் சர்வீஸ் பணியாளர்கள் உருவாகி வரத் தொடங்கினர். இவர்கள் எல்லாரும் மத்திய தர, கடைநிலை பெற்றோரின் குழந்தைகள்.

நேர்மாறாக அரசியல் தளத்தில் அரசியல்வாதியின் மகன் அடுத்த அரசியல் தலைவராக ஆகத் தொடங்கினார்கள். அவர்கள் எல்லாரும் பெரும் செல்வந்தக் குடும்பத்தில் இருந்து வந்தவர்கள், அதிகாரத்தின் மேலடுக்கில் இருந்து வந்தவர்கள். மேலை நாடுகளில் படித்து வர முடிந்தவர்கள். புதிதாக வந்த இந்த அரசியல் தலைமுறையானது நவீன மோஸ்தர், புதுமை, ஆடம்பரம் கொண்டதாக இருந்தது. தொலைகாட்சி நிகழ்ச்சிகளில் பிரமாதமாகத் தோன்றினார்கள். பத்திரிகைகளில் அவர்களுடைய முகமே பிரதானமாக இருந்தது. அயல் நாட்டு பிரமுகர்களுக்கு இணையாக இருந்தனர். உள் நாட்டு மக்களிடமிருந்து வெகுவாக அந்நியப்பட்டிருந்தார்கள்.

இந்தப் புதிய அரசியல் தலைமுறையானது அதே மாதிரியான பின்புலம், கல்வி, வளர்ப்பு கொண்ட நிபுணர்கள், ஆலோசகர்கள் ஆகியோரின் சொல் பேச்சு கேட்டுச் செயல்பட்டது. ஒரு செயலைச் செய்வதற்கும் நிராகரிப்பதற்கும் எந்தவித அடிப்படை வழிமுறையும் இருந்திருக்கவில்லை. இறுக்கமான அதிகாரப் படிநிலை, சிம்மாசனம் போன்ற இருக்கைகள், பீடத்தில் ஏறி அமர்ந்துகொள்ளுதல், ராஜ விசுவாசம், விமர்சனங்களைத் துளிகூட ஏற்க மறுக்கும் சர்வாதிகாரத்தனம் போன்றவை வந்து சேர்ந்தன. அது பெரிதும் மேட்டுக்குடி அரசியலாகவே இருந்தது. மக்கள் நலன் சார்ந்த செய் நேர்த்தி மிகுந்த சிவில் சர்வீஸ் அதிகார அடுக்கை அது எல்லா பிரச்னைகளுக்கும் கட்டம் கட்டியது. நீதித்துறை கூட சமூகத்தின் சீர்கேடுகளுக்கு அதிகாரவர்க்கமே காரணம் என்று சொல்லியிருக்கிறது. மக்களால் தேர்ந்தெடுக்கப்படுவதில்லை என்பதால் அரசியல் சாசனப் பின்துணை எதுவும் சிவில் அதிகாரிகளுக்குக் கிடையாது. தம்மீது வைக்கப்படும் குற்றச்சட்டுகளுக்கு பதில் சொல்லும் அல்லது பதிலடி கொடுக்கும் வலிமையும் அவர்களுக்குக் கிடையாது. எனவே ஊடகங்களும் அவர்களைக் கடுமையாக விமர்சித்தன.

அரசியல் பிரதிநிதிகள், நீதித்துறை, அதிகாரவர்க்கம், மக்கள் என அனைத்து பிரிவும் ஒற்றை இலக்குடன் செயல்படவேண்டும். வெளிப் படையான சுதந்தரமான கருத்துப் பரிமாற்றத்துக்கு இடம் இருக்க வேண்டும். யாரும் ஓரங்கட்டப்படக்கூடாது; யாரும் அதிகாரத்தின் உச்சியில் ஏறி உட்காரக்கூடாது. அப்படியான நிலை இருந்தால்தான் ஒரு தேசம் முன்னேற முடியும் என்று ரவி தன் டைரியில் குறிப்பிட்டிருக்கிறார்.

46

நம்பிக்கையின் ஒளியைப் பரவச் செய்தல்

சிவில் சர்வீஸில் சேர்ந்ததில் இருந்து ரவி மக்களை மவுனமாக பார்த்துப் புரிந்துகொள்ளும் வேலையைச் செய்து வருவது வழக்கம். பிரிட்டனில் பயிற்சியில் இருந்தபோது பேருந்துகளில் குண்டூசி விழுந்தால்கூடக் கேட்கும் அளவுக்கு அமைதி நிலவியதைப் பார்த்திருக்கிறார். பயணிகள் அனைவரும் ஏதேனும் புத்தகம் அல்லது செய்தித்தாள் படித்துக் கொண்டிருப்பார்கள். ரயில் பயணத்தில் பக்கத்தில் இருப்பவர்களிடம் செய்தித்தாள் கடன் கேட்பது அவர்கள் அறிந்திராத ஒன்று. அடுத்தவர் படிக்கும் புத்தகத்தை எட்டிப் பார்ப்பது நாகரிகமற்ற செயலாகப் பார்க்கப்பட்டது.

நம் தேசத்திலோ பேருந்துப் பயணம் என்பது நெரிசலும் இரைச்சலும் நிறைந்தது. உயிர்த்துடிப்புடன் இருக்கும். பக்கத்தில் அமர்ந்திருப்பவரிடம் பேச்சுக் கொடுக்காமல் இருந்தால் அதுதான் நாகரிகக் குறைவாகப் பார்க்கப்படும். யாசகர்கள், பாடகர்கள், திருநங்கைகள், திரு நம்பிகள், சிறு விற்பனையாளர்கள் என பலர் டிக்கெட் எடுக்காமல் பயணம் செய்வார்கள். பொது இடங்களில் தேசிய, சர்வ தேசிய அரசியல் விவாதங்கள் காரசாரமாக நடப்பது சர்வ சாதாரணம். முன்பின் தெரியாதவர்களிடம் கூட தமது சந்தோஷம், சோகம் என அனைத்தையும் மனம் திறந்து பேசுவார்கள்.

ஆனால், சமீபகாலமாக நம் நாட்டிலும் இந்த நிலைமை மாறத் தொடங்கியிருக்கிறது. மெட்ரோ பேருந்துகள் மயான அமைதி நிலவும் இடமாகிவிட்டது. இளையவர், முதியவர், ஏழை, பணக்காரர்

என எந்த வித்தியாசமும் இல்லாமல் அனைவரும் காதில் ஹெட்போனைப் போட்டுக்கொண்டு தமக்குள் மூழ்கிவிட்டனர். பாட்டுக் கேட்டு சலித்துப் போனால் செல்போனை எடுத்து எங்கோ இருப்பவரிடம் சன்னமான குரலில் பேசிக்கொண்டே வருகின்றனர். செல்போனும், இயர்ஃபோனும் உடல் உறுப்புகள் போலவே ஆகிவிட்டன. யாரும் அருகில் இருப்பவர்களுடன் எதுவும் பேசுவதில்லை. பாடல்கள், நகைச்சுவைக் காட்சிகள், டி.வி விவாதங்கள், சினிமா, விளையாட்டு என எதையாவது கேட்டுக்கொண்டோ பார்த்துக் கொண்டோ இருக்கிறார்கள். பொய்யாகப் பரப்பப்படும் செய்திகள், தவறான விஷயங்கள் ஆகியவற்றை மவுனமாகக் கேட்கும், பார்க்கும் நபர்களாகிவிட்டனர்.

கூட்டுக் குடும்பம் என்பது வழக்கொழிந்துபோய்விட்டது. தாத்தா, பாட்டி, அத்தை, மாமா, பெரியப்பா, சித்தப்பா, ஒன்றுவிட்ட சகோதர சகோதரிகள் என உறவினர்களிடம் எந்த நெருக்கமும் இல்லை. நண்பர்கள் மட்டுமே இப்போது இருக்கிறார்கள். ஆசிரியர்கள், பெற்றோர், எல்லாருமேகூட நண்பர்கள்போல்தான் நடந்துகொள்ள வேண்டியிருக்கிறது. மக்களுக்கு அரசியல்வாதிகள், சினிமாகாரர்கள், விளையாட்டு வீரர்கள் போன்ற பிரபலங்கள் பற்றி நிறையத் தெரிந்திருக்கிறது. அக்கம் பக்கத்தில் இருப்பவர்கள்பற்றி எதுவும் தெரிந்திருப்பதில்லை. முக நூலில் ஆயிரக்கணக்கான நண்பர்கள் இருக்கிறார்கள். ஆனால், நிஜ வாழ்க்கையில் தனியாக இருக்கிறார்கள்.

மக்களை எளிதில் சென்றடைய வேண்டுமென்றால் சமூக வலைதளங் களில் நீர், காற்று, நிலம் மாசுபடுவது பற்றியும் அதைக் காப்பாற்றுவது பற்றியும் சிறுகவிதைகள், கதைகள், செய்திகள், பாடல்கள் எழுதி வெளியிடலாம்.

வேலை வாய்ப்புக்காக கல்வி மையங்களில் இளைய தலைமுறை யினர் தமது வாழ்க்கையின் பெரும்பகுதியை வீணடிக்க நேருகிறது என்று ரவி குறிப்பிட்டிருக்கிறார். கணினி, ஆளுமை மேம்பாட்டு வகுப்புகள், தொடர்பு-பேச்சுத் திறமை வகுப்புகள், வேலைக்கான பயிற்சி என படிக்கிறார்கள். வரிசைகளில் காத்து நின்றே பெரும் பாலான நேரத்தை இழக்க நேருகிறது. ஏதேனும் ஒரு வாய்ப்பு கிடைக்குமென்றால் லட்சக்கணக்கான இளைஞர்கள் தம்மை உயர்ந்த லட்சியத்துக்கு அர்ப்பணிக்கத் தயாராக இருக்கிறார்கள். முறைப் படுத்தப்படாத இளைஞர் சக்தியானது கரை கட்டப்படாத காய்வாயின் நீர் வீணாவதுபோல் வீணாகிக் கொண்டுவருகிறது என்று கவலைப்பட்ட ரவி கண்டுபிடித்த தீர்வுதான் சர்க்கிள்ஸ் இயக்கம்.

47

ராஜாக்கள்... ராஜ தந்திரிகள்...

மதம், ஜாதி, ஏழ்மை, ஊட்டச் சத்துக் குறைவு, கல்வியின்மை, பசிக் கொடுமை இவைபற்றிப் பேசாமல் இந்தியாவின் சித்திரம் முடிவுக்கு வராது. இந்தியா பொதுவாகவே துயரங்கள் நிறைந்த பூமியாகவே சித்திரிக்கப்படும். ஆனால், அந்த துயரங்கள், துன்பங்களெல்லாம் ஏழை, எளிய மக்கள் அனுபவித்ததாக மட்டுமே இருக்கும். அரசர்கள், செல்வந்தர்கள் போன்றோருக்கெல்லாம் எந்தத் துன்பமும் சிரமமும் ஜாதிப் பிரச்னையும் பிற எந்த நெருக்கடிகளும் இருந்திருக்காது.

சமஸ்தானங்கள், ஜமீந்தார்கள், நிலப்பிரபுக்கள் போன்றோரால் இந்தியா ஆளப்பட்டது. ஒரு அரச குடும்பம் இன்னொரு அரச குடும்பத்தில் பெண் எடுத்துக்கொள்வார்கள். இஸ்லாமிய மன்னர்கள் ராஜபுதன மன்னர் குடும்பத்தில் திருமண உறவு வைத்துக்கொண்டது போல் ராஜ புதன மன்னர் குடும்பம் மராட்டிய மன்னர் குடும்பத்தில் திருமணம் செய்து கொண்டதுபோல் எல்லாம் நடப்பது வழக்கம். தேசம்முழுவதிலும் தெற்கு, வடக்கு, கிழக்கு, மேற்கு என்ற வேறுபாடுகள் இல்லாமல் மன்னர் குலங்கள் தமக்குள் திருமணம் செய்துகொண்டதுண்டு.

ராஜஸ்தான் மன்னர் குடும்பத்தில் இருந்து திரிபுரா மன்னர் குடும்பத்துடன் சம்பந்தம் வைத்துக்கொண்டதுண்டு. நேபாள மன்னர் குடும்பத்துக்கும் குவாலியர் மன்னர் குடும்பத்துக்கும் திருமணம் உறவு உண்டு. புதுக்கோட்டை மன்னர் குடும்பம் ஒரிஸ்ஸா மன்னர் குடும்பத்தில் திருமணம் செய்துகொண்டிருக்கிறார்கள். மைசூர்

மன்னர் குடும்பம் காஷ்மீரம், பஞ்சாப் மன்னர் குடும்பங்களில் திருமண உறவு வைத்துக்கொண்டிருக்கிறார்கள்.

பிரிட்டிஷ் ஆட்சிகாலத்தில் அதிகாரிகள், டாக்டர்கள், ராணுவ வீரர்கள், பொறியாளர்கள் என ஏராளமான பிரிட்டிஷாருடன் சமஸ்தான மன்னர்களுக்கு நட்புறவு இருந்திருக்கிறது. மரபணுக் கலப்பு சர்வ சாதாரணமாக நடந்துவந்திருக்கிறது.

பழைய அதிகாரவர்க்கத்தை இடம்பெயர்த்தபடி சுமார் 5000 குடும்பங்கள் சுதந்தரத்துக்குப் பின் அதிகாரத்தைக் கைப்பற்றியிருக்கின்றன. அரசியல், பெரு வர்த்தகம், மாஃபியா, ஊடகங்கள், திரைத்துறை, கிரிக்கெட் போன்ற துறைகள் நம் தேசத்தின் ஹீரோக்களை உற்பத்தி செய்யும் விளை நிலங்களாக இருக்கின்றன. அவர்கள் தமக்குள்ளாகவே திருமண பந்தங்களை வைத்துக்கொள்கிறார்கள். அதன் மூலம் அதிகாரத்தைத் தாமே தமது கட்டுப்பாட்டுக்குள் வைத்திருக்கிறார்கள். அவர்கள் தமக்குள்ளாகவே நட்பு, காதல், திருமணம் என்று இருந்து வருகிறார்கள். புதிதாக ஒருவர் அந்த வளையத்துக்குள் நுழைவது மிகவும் சிரமம்.

ஒவ்வொரு ஆண்டும் பத்திரிகைகள், டி.வி.கள் செல்வந்தர்கள், பிரபலங்கள் பட்டியலை வெளியிடுவது வழக்கம். பெரும்பாலானவர் கள் ஏற்கெனவே உச்சத்தில் இருந்தவர்கள் அல்லது அவர்களின் வாரிசுகளாகவே இருப்பார்கள். அரிதாக, விதிவிலக்காக புதிதாக யாரேனும் இருப்பார்கள். ஏற்கெனவே உச்சத்தை அடைந்த யாரும் அந்த வட்டத்தில் இருந்து வெளியேறியிருக்கவே மாட்டார்கள்.

எல்லாரும் இந்நாட்டு மன்னர்களே என்று நம்பும் எளிய அப்பாவி மக்கள் இந்த பிரமாண்டக் கொண்டாட்டங்களை கை தட்டி வாய் பிளந்து வேடிக்கை பார்த்தபடியே வருகிறார்கள். பிரபலங்களைக் கண்டு வியந்து நிற்பதே வாழ்க்கை என்பதாக இருக்கிறார்கள். அவர்களுடைய வாழ்க்கையில் இருந்து முற்றிலும் விலகி இருக்கும் அந்த பிரபலங்களுக்காக இவர்கள் அணிபிரிந்து கச்சை கட்டிக் கொண்டு மோதுவதும் உண்டு என்று ரவி அதிகார மாற்றம் பற்றிக் கருத்து தெரிவித்திருக்கிறார்.

48

மக்கள் இயக்கத்தை ஆரம்பித்தல்

ஐ.ஏ.எஸ். அதிகாரியாக மணிப்பூரில் பணிபுரிந்தது, லால்பகதூர் சாஸ்திரி பயிற்சி மையத்தில் அதிகாரவர்க்கத்தின் உயர்மட்ட அதிகாரிகளைப் பயிற்றுவித்தது, அந்த நூலகத்தில் இருந்து இந்திய அரச நிர்வாகம் பற்றியும் நிலைமை பற்றியும் தெரிந்துகொண்டது, இதியா முழுவதும் பணி நியமனம் பெற்ற தனது மாணவர்களிட மிருந்து ஒவ்வொரு மூலை முடுக்கு பற்றியும் அனுபவபூர்வ உண்மை களைத் தெரிந்துகொண்டது என மகாத்மா காந்தி தேசம் முழுவதும் பயணம் செய்து தெரிந்துகொண்ட இந்தியாவை ரவி வேறொரு வகையில் புரிந்துகொண்டிருந்தார். தாத்தா தன்னலமற்று, தனியொரு வராகச் செய்த சாதனை ரவிக்குள் 'லட்சியதாகம் தோற்கவில்லை... என்றும் தோற்காது' என்பதைப் புரியவைத்திருந்தது. பெற்ற கல்வி, பிற அனுபவம் மூலம் கிடைத்த நிர்வாக அறிவும் தாத்தா மூலம் கிடைத்த லட்சியக் கனவும் ஒன்று சேர்ந்ததும் ரவி அதை நடைமுறைப்படுத்தக் களம் இறங்கினார். 'தி சர்கிள்ஸ்' என்ற அமைப்பு ஒன்றை உருவாக்கினார்.

மேல் கீழ் என்ற கட்டமைப்பு இல்லாமல் அனைவரும் ஒரே தளத்தில் அனைவரையும் உள்ளடக்க முடிந்த சக்கர வியூகம்தான் அது. ரவியின் கொள்கைப் பிரகடனமான ஆக்ஸிஜன் பிரகடனத்தை ஏற்றுக் கொண்டவர்கள் தமது பகுதியில் சர்க்கிள் அமைப்பை உருவாக்கு வார்கள். ஒரு சர்க்கிளில் ஐம்பது பேருக்கு மேல் சேர்ந்துவிட்டால் அதிகப்படியானவர்கள் அடுத்த சர்க்கிளை உருவாக்கிக் கொள்வார்கள்.

சுற்றுச்சூழல் சீர்கேடு, தண்ணீரின் தூய்மை, வேலையின்மை, உள் பகுதியின் பொருளாதார மேம்பாடு, மக்களின் வாழ்க்கைத் தரத்தை உயர்த்த விஞ்ஞான தொழில்நுட்ப முன்னேற்றங்களைப் பயன் படுத்துதல், நடைபாதைகளைச் சீரமைத்தல், சைக்கிள் ஓட்டுபவர் களுக்குத் தேவையான வசதி செய்து தருதல், பொது இடங்களைப் பராமரித்தல், திறந்த வெளிகளைப் பராமரித்தல், கழிவுகளைச் சுத்திகரித்தல், ஆரம்ப சுகாதார மையங்கள் நடத்துதல், மின் விநியோகம், பயிர்க்கடன், பயிர்ப் பாதுகாப்பு வாங்கித் தருதல் போன்ற உள்ளூர் பிரச்னைகளை அந்த சர்க்கிள் அமைப்பு தீர்க்க முன்வரும்.

பலன் தரும் வகையில் செயல்திட்டங்கள், கூட்டுறவு முயற்சிகள், போராட்டங்கள் வடிவமைக்கப்படும். சர்க்கிளில் உறுப்பினராக இருக்கும் நபர்கள் தமது ஆலோசனைகளைக் குறைந்தது அந்த சர்க்கிளில் இருக்கும் மற்றொரு நபரிடமாவது பகிர்ந்துகொண்டாக வேண்டும். அதைக் கேட்பவர் அதை அவர்களுடைய சர்க்கிளில் இருக்கும் பிறரிடம் கலந்து பேசி தன் பதிலை அவருக்குச் சொல்ல வேண்டும். பிற சர்க்கிளில் இருப்பவர்களிடமும் அதைப் பகிர்ந்து கொள்ளலாம். அப்படியாக ஒவ்வொரு விஷயத்தையும் தமக்குள் பேசிக் கொள்வதோடு பிற அமைப்புகளுக்கும் அதைப் பகிர்ந்துகொள்வதன் மூலம் எல்லா விஷயங்களிலும் பலர் பங்கு பெற வழி செய்யப்படும்.

ஆலோசனைகள் வழங்குதல், பதில் தெரிவித்தல், வேலைகள் மற்றும் வரவு செலவுகளைக் கண்காணித்தல், நடக்கும் விஷயங்களைப் பதிவு செய்தல், வெற்றிகரமானவற்றை மற்ற குழுக்களுக்கும் அறியத் தருதல் இவை அனைத்தையும் கணினிமயப்படுத்துதல் என செயல்முறைகள் வடிவமைக்கப்பட்டன. ஒரு மவுஸ் கிளிக் மூலம் யார் வேண்டு மானாலும் எதை வேண்டுமானாலும் தெரிந்துகொள்ளும்படியான வெளிப்படைத்தன்மை கொண்டுவரப்பட்டது. புதிய புதிய யோசனைகள், கண்டுபிடிப்புகள் எல்லாம் தீ போல் பரவின.

பொது சேவை என்பது வாழ்வின் முக்கிய அங்கமாக ஆனது. மதுக்கடைகள் முன்பாகவும் திரையரங்கம் முன்பாகவும் அரசியல்வாதிகளின் கூட்டங்களிலும் குழுமிக் கொண்டிருந்த மக்கள் சமூக சேவைகளில் நேரடியாக ஈடுபட்டனர். வேலையில்லாதவர்கள், படிப்புக்குத் தகுந்த வேலை கிடைக்காதவர்கள், லட்சியம் இல்லாத இளைஞர்கள், ஆகியோர் தமக்கான வழி ஒன்றைக் கண்டுகொண்டனர். வரிசைகள், மேல் கீழ் கட்டுமானங்கள் எல்லாம் சக்தி மிகு சக்கரங்களாக ஆகின.

நாட்டின் மூலை முடுக்குகளில் இருந்து தலைவர்கள் முளைத்தெழுந்து வந்தார்கள். ஒவ்வொரு தெருவிலும் ஒவ்வொரு கிராமத்திலும் ஒவ்வொரு வாழிடத்திலும் ஒரு தலைவர் உருவானார். சிலர் தமக்கு

சேவையில் ஈடுபட நேரம் கிடைத்ததைத் தொடர்ந்து களத்தில் இறங்கிப் பணிபுரிந்தனர். சிலர் தமது அறிவு, அனுபவம் ஆகியவற்றைக் கொடுத்து உதவினர்.

மெள்ள இந்த சக்கர வியூகங்கள் வலுப்பெறத் தொடங்கின. சிறியதில் இருந்து பெரியது உருவாகி அது மீண்டும் சிறியதுடன் ஐக்கியமாகும் பிரபஞ்ச தத்துவத்துடன் அது செயல்பட்டது. மக்கள் இந்த சக்கர வியூகங்களினூடே பயணம் செய்து வெற்றிக் கதைகளைப் பகிர்ந்து கொண்டனர். மற்றவர்களுக்கு ஆதரவு கொடுத்தனர். சக்கர வியூகங்கள் தேர்தலிலும் பங்கெடுத்தன. வேட்பாளர்கள் தகுதி மற்றும் அர்ப்பண உணர்வின் அடிப்படையில் தேர்ந்தெடுக்கப்பட்டனர். யாரும் ஊடகங்களைத் தேடிச் செல்லவில்லை. ஊடகங்களும் இந்தச் சிறு துளிகளைக் கண்டுகொள்ளவே இல்லை. அது பெரு வெள்ளமான போதுதான் ஊடகங்களும் அரசியல்வாதிகளும் பிற அதிகாரமையங்களும் விழித்துக்கொண்டனர். ஆனால், அப்போது எல்லாம் அவர்களுடைய கையைவிட்டுப் போயிருந்தன.

'தி சர்கிள்ஸ்' முன்னெடுத்த முதல் போராட்டம் என்று நடைபாதை உரிமையை மக்களுக்குப் பெற்றுக்கொடுக்க முயற்சி செய்ததைத்தான் சொல்லவேண்டும். பெரும்பாலான இந்திய நகரங்கள், கிராமங்கள் எல்லாம் நீர் நிலைகளுக்கு அருகில்தான் அமைக்கப்பட்டிருக்கும். நீர்ப் பங்கீடு, நீர் நிலைப் பராமரிப்பு, தூர் வாருதல், மேய்ச்சல் நிலங்களைப் பயன்படுத்துதல், மரங்களில் எந்த அளவுக்கு வெட்டிக்கொள்ளுதல், பொது வெளிகளை எந்த அளவுக்குப் பயன்படுத்துதல் என்பது தொடர்பாக மக்கள் குழுக்களிடையே தெளிவான புரிதல் இருந்துவந்தது.

ஆரம்பத்தில் தெருக்கள் எல்லாம் நடந்து செல்பவர்களுக்காக உருவாக்கப்பட்டவையே. காலப்போக்கில் சைக்கிள்கள், பைக்குகள், கார்கள் போகும்படி அனுமதிக்கப்பட்டன. இப்போது என்ன ஆனதென்றால் அவை தெருவை/சாலையை அடைத்துக்கொண்டு விட்டதால் நடப்பவர்களுக்கு இடம் இல்லாமல் போய்விட்டது. இருக்கும் நடைபாதியில்தான் டிரான்ஸ்ஃபார்மர்கள், போஸ்ட் பாக்ஸ்கள், குப்பைத் தொட்டிகள் வைத்திருப்பார்கள்; கடை விரித்திருப்பார்கள். கார்கள், பைக்குகள், ஆட்டோக்கள், வேன்கள் போன்றவை பெருகி விட்டதால் சைக்கிளுக்குக்கூட இன்று சாலைகளில் இடம் இல்லை.

நோய்களில் இறப்பவர்களைவிட சாலை விபத்துகளில் இறப்பவர் களின் எண்ணிக்கை நம் நாட்டில் மிக அதிகம். காயம்பட்டு வாழ்க்கையைத் தொலைத்து நிற்பவர்களின் எண்ணிக்கை அதைவிட அதிகம். வாகன எரிபொருளால் ஏற்படும் காற்று மாசு, அதனால் ஏற்படும் நோய்கள், சாலை விபத்துகளில் இறப்பவர்கள்

பற்றியெல்லாம் நாம் அக்கறை கொள்வதே இல்லை. போக்குவரத்து நெரிசல் என்பது வாழ்க்கையின் இயல்பான அம்சமாகவே ஆகிவிட்டது. இவ்வளவு நடந்த பிறகும் கார்களின் எண்ணிக்கை குறைந்தபாடில்லை.

முதலில் ரவி கார்களையும் பிற வாகனங்களையும் குறைக்க முயற்சிகள் எடுத்தார். 'நோ பார்க்கிங்' ஏரியாவில் நிறுத்தப்பட்டிருக்கும் கார்களுக்கு முன்பாக தெருவில் அமர்ந்து தர்ணா போராட்டத்தில் மக்கள் ஈடுபட்டனர். முதலில் காவல்துறை அவர்களைத் துரத்தியது. மக்கள் தொடர்ந்து போராடி நிலைமையை முடிந்தவரை சீர்படுத்தினர். சாலை விபத்துகளில் இறந்தவர்களுக்கு நினைவுச்சுவர் எழுப்பப்பட்டது. ஒவ்வொரு தெருவிலும் அஞ்சலிக் கூட்டங்கள், பிரார்த்தனைக் கூட்டங்கள் நடந்தன. புதிதாக ஒரு சாலை விபத்து நடக்கும்போது மக்களின் கோபம் அதிகரித்தது. காவல்துறையால் அதைச் சமாளிக்க முடியாத நிலைஏற்பட்டது.

போராட்டங்கள் ஒரு தெருவில் இருந்து அடுத்த தெருவுக்கு, ஒரு ஊரில் இருந்து அடுத்த ஊருக்கு என்று பெரிதாகின. அமைதிப் பேச்சு வார்த்தைக் கூட்டங்கள் நடத்தவேண்டிவந்தன. மக்கள் கேட்கும் கோரிக்கைகளை நிறைவேற்றித் தரவேண்டிய சூழல் எழுந்தது.

நீதிமன்றங்கள் தலையிட வேண்டிய அவசியம் ஏற்பட்டது. நாட்டில் ஏற்படும் மொத்த சாலை விபத்துகள் பற்றி அரசு அறிக்கை தயாரித்து சமர்ப்பிக்க வேண்டும் என்று உத்தரவிடப்பட்டது. வாகனத் தயாரிப்பு நிறுவனங்கள் எல்லாம் வாகனங்களில் பாதுகாப்பு ஏற்பாடுகளை அதிகப்படுத்தும்படிக் கேட்டுக்கொள்ளப்பட்டன. ஹைபிரிட் கார்கள், எலெக்ட்ரிக் கார்கள் மோதலைத் தாங்கும்படி உருவாக்கும்படி கேட்டுக்கொள்ளப்பட்டன.

தேசிய, மாநில நெடுஞ்சாலைகளில் போக்குவரத்து அப்படியே இருக்கட்டும். அதை மாற்றவேண்டாம் என்று முடிவுசெய்யப் பட்டது. நகரத்து தெருக்கள், குறுக்குச் சாலைகளில் நடைபாதைக்கு இடம் ஒதுக்கியாகவேண்டும் என்று முடிவுசெய்யப்பட்டது. இதனால் வாகனங்கள் போகும் பாதை பாதியாகக் குறைந்தது. சாலை குறுகலாக இருந்தால் வாகனங்களை அந்தச் சாலை வழியாகச் செல்லாமல் தடுக்க முடிவு செய்யப்பட்டது.

அதைத் தொடர்ந்து சைக்கிள் ஓட்டுபவர்கள் தமக்கென்று தனியான பாதை வேண்டும் என்று கேட்டனர். கார்களுக்கு என்று ஒதுக்கப்பட்ட பாதையில் இருந்து சைக்கிளுக்கு சிறிய பாதை ஒதுக்கப்பட்டது. ஒற்றை லேன் வரிசையில் கார்கள் போகும்படிச் செய்யப்பட்டன.

சாலைகளில் சைக்கிளில் போவதே எளிது என்பதுபோல் கார்களுக்கும் பைக்குகளுக்கும் பலவித நெருக்கடிகள் தரப்பட்டன.

காலப்போக்கில் கார்களின் எண்ணிக்கை குறைந்து சுற்றுச்சூழல் மாசும் குறைந்தது. நகரங்களில் பழைய உற்சாகம், விலாசம், காற்றோட்டம் திரும்பின. மக்கள் தமது வீடுகளில் ஏசிக்களை அணைத்துவிட்டு ஜன்னல்களைத் திறந்துவைத்தனர்.

மக்கள் முயற்சி புதிய கதவுகளைத் திறந்து வைத்தது. சாலைப் போக்குவரத்தில் நேர்த்தியைக் கொண்டுவந்தது. சர்க்கிள்ஸின் முதல் வெற்றி அது.

49

இலவச போக்குவரத்து

அடுத்ததாக ரவி பிற போராட்டங்கள் பற்றி எழுதியிருந்தார். போராட்டங்கள் எல்லாம் மையம் அழிக்கப்பட்டவையாக, மக்கள் தொடர்ந்து தாமாகவே போராடும் வகையில் இருக்கவேண்டும். சில போராட்டங்கள் வெற்றி பெறும். சில எதிர்பார்த்த விளைவை ஏற்படுத்தாது. வெற்றி பெற்ற வழிமுறையை அதற்குப் பிந்தைய போராட்டங்களில் அமல்படுத்தவேண்டும். எங்கு பின்னடைவு ஏற்பட்டிருக்கிறதோ அதை உட்கார்ந்து பரிசீலித்து வெற்றிக்குத் தேவையானதைச் செய்யவேண்டும்.

தி சர்கிள்ஸ் அமைப்பானது மக்களுக்கு அதிக நெருக்கடி தரும் பிரச்னைகளைக் கண்டுபிடித்து அவற்றை மக்களுக்கு எளிய முறையில் விளக்கி தீர்வுகளைச் சொல்லும். சில நேரங்களில் மட்டுமே போராட்டம் முன்னெடுக்கப்படும். பெரும்பாலும் மக்களுக்கு விழிப்பு உணர்வை ஏற்படுத்துதல், கூட்டு முயற்சியை ஊக்குவித்தல், தேவையான உதவிகள் செய்து கொடுத்தல் என்பதாகவே இருக்கும்.

ஒரு உதாரண நிகழ்வை ரவி விளக்கியிருக்கிறார்.

செல்வந்தக் குடும்பத்தைச் சேர்ந்த இரு இளைஞர்கள், நம் நாட்டில் சராசரி வருமானம் பெறும் குடும்பங்கள் எப்படி வாழ்கிறார்கள் என்பதைத் தெரிந்துகொள்ள விரும்பினார்கள். நாளொன்றுக்கு இருவருக்கும் முன்னூறு நூபாய் மட்டுமே செலவு செய்வது என்று இருவரும் முடிவு செய்து ஒரு வாடகை வீடொன்றுக்குத் தற்காலிக மாகக் குடியேறினர்.

முப்பது கிலோமீட்டருக்கு மேல் பயணம் செய்ய அவர்களால் முடிந்திருக்கவில்லை. சொற்ப தானியங்கள், பிற உணவுப் பொருட்களைக் கொண்டு சமைத்தாகவேண்டியிருந்தது. பெருமளவு பணமானது வாடகைக்கும் உணவுக்குமே காலியாகிவிட்டது. புதிதாக எதையும் வாங்க முடிந்திருக்கவில்லை. இரண்டு பேரும் எப்படியோ ஒருவழியாக சமாளித்தனர். அவர்களுடைய 'வட்டம்' வெகுவாகச் சுருக்கிவிட்டிருந்தது.

சராசரி மனிதர்போல் வாழ்ந்தவர்கள் அடுத்தகட்டமாக நம் தேசத்தில் வறுமைக் கோட்டுக்குக் கீழே வசிக்கும் மக்களைப்போல் நாளொன்றுக்கு ஐம்பது ரூபாய் மட்டுமே செலவு செய்து வாழ முடிவுசெய்தனர். இப்போது அவர்களுக்கு தங்குவதற்கான இடம் இல்லாமல் போனது. தெருவில், நடைபாதையோரம் படுத்துக்கொண்டாகவேண்டும். எங்கு செல்வதானாலும் நடந்துதான் போயாகவேண்டும். எதையும் வாங்கமுடியாது. மலிவான உணவைத்தான் சாப்பிட்டாகவேண்டும். சுகாதாரம், நல்ல குடிநீர், உயிர் பாதுகாப்பு எல்லாம் இரண்டாம் பட்சமாகிவிட்டன. அவர்களுடைய வாழ்க்கை வட்டம் வெறுமனே உயிர் வாழ்தல் என்பதாகச் சுருங்கிவிட்டது. அவர்களால் இந்த வாழ்க்கையை அதிக காலம் வாழமுடிந்திருக்கவில்லை. பழைய நிலைக்குத் திரும்பிவிட்டார்கள். தமது அனுபவங்களை எழுதினார்கள்.

வறுமைக்கோட்டுக்குக் கீழே வாழும் லட்சக்கணக்கான மக்கள் மிக மிக மோசமான சூழலில் வாழ்ந்துவருகிறார்கள். அவர்கள் இருக்கிறார்களா இல்லையா என்பதே தெரியாத அளவுக்கு யாராலும் பொருட்படுத்தப்படாதவர்களாக வாழ்ந்து மறைகிறார்கள். நாம் யாராவது சென்று பார்த்தால்தான் அவர்கள் இருப்பதே தெரியும். தமது வறுமையைப் போக்கவும் விலங்கைவிடக் கீழான வாழ்க்கையை வாழவுமே பெரிதும் போராடவேண்டியிருப்பதால், அவர்கள் தமது உரிமைகளைக் கேட்டு எந்தப் போராட்டமும்செய்ய முடியாது. நாம்தான் அவர்களைச் சென்று சேரவேண்டும். அதற்கான பாதையை உருவாக்கவேண்டும். அவர்களுடைய வாழ்க்கையை மேம்படுத்தி மனிதர்கள் போல் வாழ வழி செய்து தர நம்மால் முடியுமா? ரவி கூட்டங்களில் பார்வையாளர்களிடம் இதைக் கேட்பது வழக்கம்.

'அதற்கு நாம் என்ன செய்யவேண்டுமென்றால், அவர்களுடைய வட்டத்தைப் பெரிதாக்கவேண்டும். அவர்கள் நம் கண்ணில் படும்படியாக வும் பல வேலைகள் செய்ய முடிந்தவர்களாகவும் அவர்களை ஆக்க வேண்டும். அரசுப் பேருந்துகள் மிகவும் நெரிசலாகவும் அழகற்றும் முறையற்றும் பாதுகாப்பற்றும் இருப்பது உண்மைதான். ஆனால், அவைதான் இப்படி வறுமைக்கோட்டுக்குக் கீழே இருப்பவர்களை

ஓரிடத்தில் இருந்து இன்னொரிடத்துக்குக் கொண்டு செல்ல பெரிதும் உதவுகின்றன.

அரசுப் பேருந்து நிறுவனம்தான் குடிமக்களுக்கு சலுகை விலையில் போக்குவரத்து வசதியைச் செய்து தந்திருக்கிறது. போக்குவரத்து தொடர்பாகத் தரப்படும் சலுகைகள் மிகவும் சரியானவை. அவசிய மானவை. அவற்றை நேரடிப் பயனர் மட்டுமே பயன்படுத்தமுடியும். அதில் முறைகேடுகளுக்கு வாய்ப்பு குறைவு. ஆனால், உணவுப் பொருட்கள், உரங்கள், மின்சாரம், தண்ணீர் இவற்றுக்குத் தரப்படும் மானியங்கள் எல்லாம் எளிதில் முறைகேடாகப் பயன்படுத்த முடிபவை.

ரவி அரசுப் பேருந்துக்கு சாதகமாக சில விஷயங்கள் குறிப்பிட்டிருக்கிறார்.

ஒவ்வொரு அரசுப் பேருந்து நிறுவனமும் ஒவ்வொரு ரயில் தடமும் சில இலவச பேருந்துகளை, சில இலவச ரயில் பெட்டிகளை இயக்க வேண்டும். இந்த வசதி இருந்தால் ஏழைகள் தமது உழைப்புக்கு அதிக வருவாய் கிடைக்கும் இடங்களுக்கு எளிதில் சென்றுவர வழிபிறக்கும். அதைத் தொடர்ந்து உள்கட்டுமானப் பணிகளுக்கு உழைப்பாளர்கள் எளிதில் கிடைத்து அவர்களுடைய செலவுகளும் குறையும்.

கிராமங்களில் இருந்து வேலை தேடி நகரங்களுக்கு வருபவர்களின் எண்ணிக்கை குறையும். காலையில் இலவசப் பேருந்தில் ஏறுபவர் வேலை முடிந்ததும் மாலை ஊர் திரும்பிவிடுவார். நகரத்துச் சேரிகளில் இடம் தேடமாட்டார். அவருக்கும் கிராமத்து வீட்டில் நிம்மதியாக வசிக்க முடியும். நகரத்தில் இருப்பவர்களும் நல்ல சுகாதாரத்துடன் வாழ முடியும். மாநிலத்தில் அனைத்து தொழிலாளர்களுக்கும் ஒரே விதமான சம்பளம் கிடைக்க வழிபிறக்கும். கிராமங்களில் கூட இப்படி பேருந்தில் ஏறி நகரத்துக்குப் போகும் வாய்ப்பு இருப்பதால் அங்கு அவர்கள் தமக்கு கூடுதல் சம்பளம் கேட்கும் வலிமையும் வாய்ப்பும் பெறுவார்கள்.

இப்படியாக ஒரு மாநிலத்தில் சிறிய பெரிய ஊர்களுக்கு இடையிலான இலவசப் போக்குவரத்து வசதியைச் செய்து தர போராட்டங்கள் எல்லாம் தேவையில்லை. அரசாங்கம் செய்யவேண்டும் என்று முடிவெடுத்தாலே போதும்.

ரவிக்கு இப்போது தனது செயல்பாடுகள் பொருளாதார ரீதியாக வெற்றி பெறும் என்ற நம்பிக்கையும் வந்திருந்தது.

50

அரசுச் சீருடையாக கதர்

கல்வித் தகுதி, நியமன முறை, சம்பளம், வேலை மற்றும் பொறுப்புகள் இவற்றின் அடிப்படையில் நம் தேசத்தின் அரசுப் பணியாளர்கள் நான்கு வகைகளாகப் பிரிக்கப்பட்டுள்ளனர். இவற்றில் எந்தவொரு பிரிவுமே மக்கள் மத்தியில் உத்வேகத்தை ஊட்டமுடியவில்லை.

அரசுப் பணியில் இருக்கும் க்ளாஸ்-3, க்ளாஸ்-4 பணியாளர்களுக்கு தனியார் துறையில் அதே நிலையில் இருக்கும் பணியாளர்களைவிட மிக அதிக சம்பளம் கிடைக்கிறது. முதல் இரண்டு நிலைகளில் இருக்கும் அரசுப் பணியாளர்களுக்கு தனியார் துறையில் அந்தப் பணியில் இருப்பவர்களைவிட சம்பளம் குறைவுதான். ஆனால், பலவகை வசதி வாய்ப்புகள், ஊக்கத் தொகைகள் கிடைக்கும். பணிப் பாதுகாப்பு, அதிகரித்துக்கொண்டே செல்லும் வசதி வாய்ப்புகள், ஊக்கத் தொகைகள், காலா காலத்தில் கிடைக்கும் பதவி உயர்வுகள் போன்றவையெல்லாம் அரசாங்க வேலையைப் பார்த்து அனைவரும் பொறாமைப்படும்படியாகவே இருக்கின்றன.

ஒரு சிலரைத் தவிர பெரும்பாலானவர்களுக்குப் பெரிதாக வேலை எதுவும் இருக்காது. தொழிற்சங்கக் கூட்டம், போராட்டம் என்று செல்ல மிக அதிக ஓய்வு நேரம் கிடைக்கும். அந்தச் சங்கங்கள், அமைப்புகள் எல்லாம் எப்போதுமே சம்பள உயர்வு, வேலை நேரக் குறைப்பு, பணியிடச் சூழல் மேம்பாடு இவற்றைக் குறித்துமட்டுமே கவலை கொள்ளும். தனியார் துறையில் வேலை பார்ப்பவர்கள் அரசாங்கப் பணியாளர்களைப் பார்த்து வெறுப்பு வரும் அளவுக்குப்

பொறாமைதான்படுவார்கள் என்றே சொல்லலாம். அரசுப் பணியாளர் என்றாலே சோம்பேறி, ஊழல்வாதி, செய்நேர்த்தி இல்லாதவர், அடாவடியாகப் பேசுபவர் என்றுதான் பொதுமக்கள் கருதுகிறார்கள்.

அரசுப் பணியிலும் சீருடை இல்லாத துறைகளைச் சேர்ந்த பணியாளர்கள் மக்களோடு மக்களாக எளிதில் கலந்துவிட முடிந்தவர்கள். அவர்களை அடையாளம் காணமுடியாது. எனவே இடைத்தரகர்கள், ஏஜெண்டுகள் ஆகியவர்களை வைத்துத் தமது ஊழல் பணிகளை முடித்துக்கொள்ள அவர்களால் முடியும். பெரும் பாலான அரசுப் பணியாளர்களை அவர்களுடைய பணி இருக்கையில் பார்க்கவே முடியாது. நீண்ட உணவு இடைவேளை, அதே அளவுக்கு நீண்ட தேநீர் இடைவேளை இவற்றால் ஆனது அவர்களுடைய அன்றாட பணி நேரங்கள்.

அலுவலக நேரத்தில் அவர்களை அலுவலகத்தில் இருக்கும்படிச் செய்ய எளிய வழி அவர்களுக்கும் சீருடைகளை வழங்குவதுதான். சீருடை அணிந்த அரசுப் பணியாளர் வெளியிடங்களில் அலுவலக நேரங்களில் அலைந்து திரியப் பயப்படுவார். அப்படிச் செய்தால் பொதுமக்களில் யாரேனும் அவரை அவமானப்படுத்தவோ கண்டிக்கவோ செய்யக்கூடும்.

காதி மற்றும் கதர் துறையானது வேறுவகையான பிரச்னையைச் சந்தித்துவருகிறது. மிகப் பெரிய நவீன துணி நிறுவனங்கள் கதர் உற்பத்தி மற்றும் விற்பனையில் பெரும் வீழ்ச்சியைக் கொண்டு வந்துள்ளன. அந்தத் துறையில் எந்தவொரு நவீனமயமாக்கமும் நடக்கவே இல்லை. லட்சக்கணக்கான தொழிலாளர்கள் கதர் உற்பத்தித் துறையில் இருந்தார்கள். அதோடு இந்தக் கதராடையானது இந்திய தட்ப வெப்ப நிலைக்கு மிகவும் உகந்தது. இவை கலை அழகு மிகுந்தவை, பயன்பாடு முடிந்தபின் எளிதில் மட்கவும் செய்யும். ஆனால், கதர் அல்லாத பிற துணிவகைகளின் தொழில் துறையானது காலத்துக்கு ஏற்பத் தன்னைப் புதுப்பித்துக்கொண்டு வந்திருக்கிறது. தையல் தொழிலாளர்களும் ரெடிமேட் ஆடைகளின் பெருக்கத்தால் வேலை வாய்ப்பு இழந்துவருகிறார்கள்.

கதர்-கைத்தறித் துறையைப் பலப்படுத்த அரசாங்கம் மானியங்கள் தந்தது. நலத்திட்டங்களுக்கு கதர் ஆடைகளை இலவசமாகத் தந்து உற்பத்தியாளர்களுக்கு பொருளாதார நன்மைகளை உருவாக்கித் தந்தது. ஆனால், இந்த திட்டங்கள் முறையாக அமல்படுத்தப்படவில்லை. பல்வேறு சீர்கேடுகள், ஊழல்கள் மலிந்து காணப்படுகின்றன.

அரசுப் பணியாளர்களுக்கு சீருடையாக கதர்-கைத்தறி ஆடைகளை மட்டுமே பயன்படுத்தவேண்டும் என்று ஒரு யோசனை முன்வைக்கப் பட்டது. ஏராளமான கைத்தறி நெசவாளர்கள், தையல் பணியாளர்கள் ஆகியோருக்கு வேலை வாய்ப்பு பெருகியது. அரசுப் பணியாளர் களுக்கும் ஒரு மரியாதையும் கிடைத்தது.

முதலில் ஒரு மாநிலத்தில் இந்த திட்டம் அமல்படுத்தப்பட்டது. அதைத் தொடர்ந்து பல்வேறு மாநிலங்கள் அரசுப்பணியாளர்களுக்கு பல்வேறு கதர் சீருடைகளை நடைமுறைக்குக் கொண்டுவந்தது. சில மாநிலங்கள் பாரம்பரிய உடைகளைச் சீருடையாக வடிவமைத்தன. சில மாநிலங்கள் பணிக்கு உகந்த ஆடைகளை வடிவமைத்தன. சில மாநிலங்கள் ராணுவம் போல் ஆனால், வேறு நிற ஆடைகளை வடிவமைத்தன.

இதனால் காதி கைத் தறித்துறை பெரும் மீட்சி கண்டது. கைத்தறி, கதர் உற்பத்தித் தொழிலாளர்களுக்கு நிறைய வேலை வாய்ப்புகள் கிடைத்தன. அந்தத் துறை நவீனமனயமயமாக்கப்பட்டது. பல பள்ளி களிலும் கதர் சீருடையை அமல்படுத்தினர்.

மெள்ள நாளாக நாளாக சீருடை அணிந்த அரசுப் பணியாளர்கள் பொறுப்புடன் நடந்துகொள்ள ஆரம்பித்தனர். அரசுப் பணியாளர்கள் மேல் மக்களுக்கு மரியாதை உருவானது. சீருடைப் பணியாளர்கள் தெருக்களில் அதிகம் உலவியது மக்களுக்கு ஒருவித பாதுகாப்பு உணர்வைத் தந்தன. விபத்துகளில் சிக்கியவர்களுக்கு உதவ அதிகம் பேர் முன்னுக்குவந்தனர். நேர்மையாக நடந்துகொண்டவர்களுக்கு கூடுதல் மரியாதை கிடைத்தது. அரசுப்பணியாளர்களுக்கு கதர் சீருடை என்ற தீர்மானம் மிகவும் சரி என்பதை இந்த மாற்றங்கள் நிரூபித்தன.

51

பிளாஸ்டிக் ஒழிப்பு

மனிதர்கள் உருவாக்கியவற்றிலேயே மிகவும் அற்புதமானது பிளாஸ்டிக். வலிமையானது; நீடித்து உழைக்கக்கூடியது. லகுவானது. மின் கம்பிகளை பொதியவும் (இன்சுலேஷன்) உதவும். நினைத்த வடிவில் வார்க்க முடியும். இவை எல்லாவற்றையும்விட பிளாஸ்டிக்கை உருவாக்குவது எளிது. செலவு மிக மிகக் குறைவு. ஆனால், அது மட்காது என்ற ஒரு பெரிய குறைபாடு அதன் பயன்பாட்டை வெகுவாகக் குறைத்தாகவேண்டியதாக ஆக்கிவிட்டது.

பிளாஸ்டிக்கின் பயன்பாடு வெகுவாக அதிகரித்து வருகிறது. மறு சுழற்சி செய்யப்படும் பிளாஸ்டிக்குகளைவிட உற்பத்தி பல மடங்கு பெருகிவிட்டது. பிளாஸ்டிக் தண்ணீர் பாட்டில்கள் உலகம் முழுவதும் கோடிக்கணக்கானவர்களால் பயன்படுத்தப்படுகின்றன. ஷாப்பிங் பைகள், கேரி பேக்கள், பிளாஸ்டிக் கப்கள், ஸ்ட்ராக்கள், ஸ்பூன்கள், ஃபோல்டர்கள் போன்றவை ஒரு முறை பயன்படுத்தித் தூர எறிந்துவிடுபவை. இந்தக் குப்பைகள் எல்லாம் குப்பை மேடுகள், நீரோடைகள், குளங்கள், ஏரிகள், கடல்கள் என அனைத்து இடங்களையும் அடைத்துக்கொண்டுவிடுகின்றன. இவை மட்குவதில்லை என்பதால் இது பெரிய தொந்தரவாகவே மாறிவிடுகிறது. இப்படியே போனால் இன்னும் சிறிது காலத்தில் கடலில் மீன்களை விட பிளாஸ்டிக் குப்பைகளே அதிகமாக இருக்கும்.

பிளாஸ்டிக்கை முழுமையாக மறு சுழற்சிக்கு உட்படுத்தமுடியாது. முடிந்தவரை உடைத்தால் மேலும் அபாயகரமானதாகவே ஆகும்.

புயல்கள், கடல் நீரோட்டங்கள், வெப்பம் இவற்றால் பிளாஸ்டிக்கானது மைக்ரோ பிளாஸ்டிக்காக ஆகும். அப்படித் தூள் தூளாக ஆகும் பிளாஸ்டிக் நுண் துகள்கள் பெருமளவில் நம் பூமியில் கலந்து விட்டிருக்கின்றன. அவை நம் உணவுப் பொருட்களுடனும் கலந்து விடுகின்றன.

பிளாஸ்டிக்குகளுக்கு தமது பசை போன்ற பரப்பில் பிற வேதிப் பொருட்களைச் சேர்த்துவைக்கும் குணமும் உண்டு. அப்படி சேகரமாகும் பிளாஸ்டிக் வேதிப் பொருட்கள் உயிர்களைக் கொல்லும் அளவுக்கு அபாயகரமானது. மீன்கள், பிற நீர்வாழ் உயிரினங்களின் வயிற்றில் பெருமளவுக்கு பிளாஸ்டிக் இருப்பது தெரியவந்துள்ளது. நீர் வாழ் தாவரங்களும் இந்த பிளாஸ்டிக்குகளினால் போதிய பச்சையத்தை உருவாக்க முடியாமல் திணறுகின்றன. கால்நடைகளும் பிளாஸ்டிக் பைகள் போன்றவற்றைச் சாப்பிட்டுவிடுவதால் அவை அவற்றின் வயிற்றில் தங்கி பெரும் தீங்கை விளைவிக்கின்றன.

மைக்ரோ பிளாஸ்டிக் துகள்களினால் நீர் நிலைகளில் வெளியாகும் வாயுக்களால் மீன்களுக்கு நீந்த முடியாமல் ஆகிறது. எனவே எளிதில் அவை வலைகளில் சிக்கிவிடுகின்றன. இவ்வளவு தீமைகள் இருந்த நிலையிலும் பிளாஸ்டிக் உற்பத்தி அதிகரித்துக்கொண்டேதான் இருக்கிறது. மறு சுழற்சிக்கு உட்படுத்தப்படாத, குப்பையாகவே தேங்கி நிற்கும் பிளாஸ்டிக்குகளின் அளவு அதைவிட அதிகரித்துவருகிறது.

இந்த இடத்தில்தான் மத்திய மாநில அரசுகளின் மாசுக்கட்டுப்பாட்டு வாரியங்களின் துணையுடன் செய்ய வேண்டிய சீர்திருத்தங்கள் பற்றி ரவி சொல்வது முக்கியத்துவம் பெறுகிறது. கழிவுகள், மாசுக் கட்டுப்பாடு தொடர்பான வழிமுறைகளில் புதிய அணுமுறையைக் கையாண்டு பயிற்சி முகாம்கள் நடத்துதல், போதிய கருவிகள் தருதல் என திட்டம் தீட்டப்பட்டது. பிளாஸ்டிக் குப்பைகளைத் தனியாகப் பிரித்து வைப்பது, மட்கும் பொருட்களை அதிகம் பயன்படுத்த ஊக்குவிப்பது போன்றவை முன்னெடுக்கப்பட்டன.

பல மாநிலங்கள் ஒரு முறை பயன்படுத்தும் பிளாஸ்டிக் பொருட் களைத் தடை செய்துள்ளன. பிற மாநிலங்களும் அதை படிப்படியாக அமல்படுத்த முடிவெடுத்துள்ளன. இந்த முயற்சிகளில் சுணக்கம் காட்டும் உள்ளூர் அமைப்புகளை தேசிய பசுமைத் தீர்ப்பாயம் முடுக்கி விடவேண்டும் என்று கேட்டுக்கொள்ளப்பட்டுள்ளது. ஒழுங்கு படுத்தும் அமைப்புகள், தொழில்துறை, நுகர்வோர் ஆகியோரின் பங்களிப்பின் மூலம் பிளாஸ்டிக்குக்கு எதிரான போராட்டம் மெள்ள வெற்றிப் பாதையில் போகத் தொடங்கியுள்ளது.

மின் கழிவுகள், திடக் கழிவுகள், பயோ மெடிக்கல் கழிவுகள் மற்றும் அனைத்துவகைக் கழிவுகள் தொடர்பாகவும் மேற்கொள்ளவேண்டிய பாதுகாப்பு ஏற்பாடுகள், கட்டுப்பாடுகள் குறித்து சுற்றுச்சூழல் பாதுகாப்பு சட்டம் பல விதிகளை விதித்திருக்கிறது. கிராம பஞ்சாயத்துகள், முனிசிபல்கள் போன்ற அடிமட்ட அமைப்புகளை முடுக்கிவிட்டதன் மூலம் பெருமளவுக்கு நிலைமை முன்னேறி யிருக்கிறது.

52

ஜாதி எனும் சாபம்

அரசுப் பணியில் இருந்த காலகட்டத்தில் ரவிக்கு ஜாதி அமைப்பு, அதன் படிநிலைகள், அது செயல்படும் விதம் எல்லாம் நன்கு தெரிந்துகொள்ள முடிந்தது. நாக்காலாந்தில் ஜாதி இல்லை. எனினும் அந்த வனாந்தரத்திலும் மக்கள் குழுக்களாக, தனி மொழி பேசி, தமக்குள் மட்டுமே திருமணம் செய்துகொண்டு, பிற குழுக்களுடன் எந்தவித தொடர்பும் இன்றித்தான் வாழ்ந்தனர். இத்தனைக்கும் அவர்கள் அனைவருமே இனவரைவியல்படியும் கலாசாரப்படியும் நாக்கர்கள்தான். மிஸோ மக்கள், காஸிகள், போடோக்கள் போல் இமயமலை, மத்திய இந்தியா, தக்காணப்பீடபூமி என எல்லா பகுதிகளிலும் வசிக்கும் பழங்குடிகள் அனைவருக்குமே இது பொருந்தும்.

இந்தியாவின் பிற பகுதிகளில் வாழ்ந்த மக்கள் ஜாதி அமைப்பில் இருந்தனர். ஆரம்பத்தில் ஜாதியானது வேலைப் பகிர்வின் அடிப்படையில் உருவாகியிருக்கக்கூடும். பொருளாதார வளர்ச்சி இருந்த இடத்தில் வசித்த மக்கள் கூட்டமானது சமூகத்தைப் பிரித்தது. அங்கு மக்கள் குழுக்கள் அருகருகே வசித்து வந்தனர். பழங்குடிகள் வசித்த பகுதிகளில் அப்படி எளிதில் ஒரு குலத்துக்கும் இன்னொரு குலத்துக்கும் இடையில் வந்து போவது எளிதாக இருந்திருக்கவில்லை.

ஆரம்ப காலகட்டத்தில் தனித்தனி தொழில் குலங்கள் தத்தமது தொழில் அனுபவம், செய்நேர்த்தி இவற்றை பரம்பரை பரம்பரையாகக் கைமாற்றித் தந்து வந்ததன் மூலம் சாதகமான விளைவுகளையே தோற்றுவித்திருக்கக்கூடும். ஆனால், நிலைமை அதன் பின்

மோசமடைய ஆரம்பித்தது. மூளை உழைப்பு சார்ந்து செயல் பட்டவர்கள், மன்னர்கள், குறுநில மன்னர்கள், வணிகர்கள், கோவில் நிர்வாகம் செய்தவர்கள், குளங்கள், மருத்துவமனைகள் போன்ற பொது மையங்களை நிர்வகித்தவர்கள் போன்றவர்கள் தமது ஜாதி (தொழில்) மேலாதிக்கத்தை நிலைநிறுத்திக் கொண்டுவிட்டனர்.

பரம்பரைப் பெருமை, தீண்டாமை, பாவங்கள் போன்றவற்றைத் தமது நலனுக்காக உருவாக்கி நிலைநிறுத்தினர். பொருளாதார வாய்ப்புகள், சுதந்தரம் அனைத்தும் கட்டுப்படுத்தப்பட்டன. சமூக, அரசியல், பொருளாதார இடைவெளிகள் நிலைநிறுத்தப்பட்டன. பாவம் என்ற கருத்தாக்கம் உருவாக்கப்பட்டு மக்களை மிகவும் கொடுமையாக ஒடுக்கியது. வாள் உற்பத்தி செய்து தருபவர் போர் செய்யவே முடியாது... சிலை செய்து தருபவர் கோவிலில் அது ஸ்தாபிக்கப்பட்டபின் அதன் மீதான உரிமையை இழந்துவிடுவார் என்று ஆனது.

நெடுக்குவாக்கில் மேல் கீழ் என்று பகுக்கப்பட்ட சமூகமானது அந்நிய சக்திகளால் எளிதில் சுரண்டப்பட்டும் ஒடுக்கப்பட்டும் அடிமைப் படுத்தப்பட்டது. எந்தவொரு ஜாதியும் இன்னொரு ஜாதியின் துன்பங் களுக்கு உதவ முன்வரவில்லை. சீனா, வியட்நாம், ஆஃப்கானிஸ்தான் போன்ற இடங்களில் இப்படி நடக்கவில்லை. இந்தியா நெடுக்கு வாக்கில் கட்டமைக்கப்பட்ட சமூகமாவே இருந்தது. எனவே பல்வேறு ஆக்கிரமிப்புகள், படையெடுப்புகள் என பல்வேறு கொள்ளை யடிப்புகள், கோவில் இடிப்புகள், கலாசார அழித்தொழிப்புகள், பெருமளவிலான படுகொலைகள், பாலியல் வன்கொடுமைகள், மரண தண்டனைகள் என பெரும் துன்பத்தை சந்திக்க நேர்ந்தது.

எல்லையில் படையெடுத்து வரும் அந்நியர்களைத் தடுக்க சுவர் எழுப்புவதற்குப் பதிலாக சொந்த மக்களிடையே சுவர்களை எழுப்பியது. அந்நியப் படையெடுப்பாளர்கள் நம் தேசத்தில் தமது சாம்ராஜ்ஜியத்தை நிறுவினார்கள். அவர்களுக்கு உள் நாட்டில் இருந்தே உதவிகளும் கிடைத்தன. தேசத்தில் சாம்ராஜ்ஜி யாதிபதிகளும் காலனிய எஜமானர்களும் கால் ஊன்றினர். உலகில் எந்தவொரு நாடும் இந்த அளவுக்கு ஒடுக்குமுறையும் இழப்பும் சந்தித்ததே இல்லை. ஒட்டு மொத்த உலகமும் சந்தித்த போர்கள், இன்ன பிற கொடுமைகளை ஒப்பிடுகையில் இந்தியா நூற்றாண்டு களாகச் சந்தித்த கொடுமைகள் மிக மிக அதிகம்.

சில சமூகங்களில் பலர் மதம் மாறினர். சுதந்தரத்துக்குப் பிறகு சில மாநிலங்கள் ஜாதி அமைப்பை வலுவிழக்கச் செய்ய அரசியல் கொள்கைகளை வடிவமைத்தன. தென் மாநிலங்களில்

ஜாதிகளுக்கிடையே ஆரோக்கியமான போட்டி வளர்த்தெடுக்கப் பட்டது. இதனால் ஜாதிக் கொடுமையின் வீரியம் குறைந்தது. ஆனால், ஜாதி மறையவில்லை. ஜாதி ஒட்டுகள் பெயரில் இருந்து நீக்கப் பட்டன. கலப்பு ஜாதித் திருமணங்கள் ஊக்குவிக்கப்பட்டன. சீர்திருத்த இந்து இயக்கங்கள் ஜாதிக் கொடுமை ஒழிய பல முயற்சிகள் எடுத்துவருகின்றன. வெளியில் இருந்து வந்த இஸ்லாம், கிறிஸ்தவம், உள் நாட்டில் உருவான சமணம் போன்ற மதங்கள் ஜாதித் தடைகளை உடைப்பதில் சிறிதளவு வெற்றிகண்டன. பவுத்தர்களும் சீக்கியர் களும் தொடர்ந்து ஜாதி ஒழியப் பாடுபட்டுவருகிறார்கள். கல்விப் பரவலாக்கம் சில இடங்களிலும் நகரமயமாக்க்கம் சில இடங்களிலும் ஜாதியின் வீச்சைக் குறைத்திருக்கின்றன.

எனினும் கிராமப்புறங்கள், பகுதி நகரங்கள் போன்றவற்றில் இன்றும் ஜாதியே ஆதிக்கம் செய்கிறது. பொருளாதார ஒடுக்குமுறை, குறைவான வாய்ப்புகள், சிலரைப் பகடைக்காயாக்கி வேறு சிலர் பணக்காரர் ஆவது என இருந்துவருகிறது. ஜாதி அமைப்பு உருவாக்கியிருக்கும் மனநிலையினால் அரசின் பல சமூக நலத்திட்டங்கள் முழுப் பலன் தராமல் போய்வருகின்றன.

திறந்த வெளியில் மலம் கழிப்பதென்பது அசிங்கமானது, அருவருப் பானது மட்டுமல்ல; மக்களின் நோயைப் பெருக்கவும் செய்கின்றன. இந்தியாவைப் போல் திறந்தவெளியில் மலம் கழிப்பவர்கள் உலகில் வேறு எங்குமே இல்லை. சஹாரா பகுதிகளையும் விட இந்தியா மோசமாக இருக்கிறது. நம் தேசத்தின் புண்ணிய நதிகள் எல்லாம் மனிதக் கழிவுகளைச் சுமந்து செல்பவையாக இருக்கின்றன. ஆறுகளில் கலக்கும் கால்வாய்கள் எல்லாம் மனித, விலங்குக் கழிவுகளால் நிரம்பி வழிகின்றன.

பொது நீரூற்றுகள், குழாய்கள், ஏன் பாட்டிலில் அடைத்த தண்ணீரில் கூட ஈ கோலி போன்ற பாக்டீரியாக்கள் காணப்படுகின்றன. இதனால் குழந்தைகள், பாலூட்டும் தாய்மார்கள், முதியவர்கள் எல்லாம் பல நோய்களுக்கு ஆளாகிறார்கள். அவை நோய் எதிர்ப்பு சக்தியைக் குறைத்து, ஜீரண உறுப்புகளை பலவீனப்படுத்திவிடுகின்றன. ஏற்கெனவே ஏழை எளியவர்களுக்குப் பொதுவாகவே ஊட்டச் சத்துள்ள உணவு கிடைப்பதில்லை. ஈ.கோலி பாக்டீரியாவானது கிடைக்கும் சொற்ப சத்தையும் உடம்பால் உறிஞ்ச முடியாமல் செய்துவிடுகின்றன.

ஏழை நாடோ பணக்கார நாடோ பல நாடுகள் இந்தப் பிரச்னையைத் தீர்க்க வழி கண்டுபிடித்திருக்கின்றன. எல்லா வீடுகளிலும் கழிப்பறைகள் கட்டிவிட்டிருக்கிறார்கள். மிக விரிவான அருமையான

கழிவு நீர் வடிகால் வசதி செய்துகொண்டிருக்கிறார்கள். மனித, விலங்குக் கழிவுகளை எடுத்துச்சென்று உரம் தயாரிக்கிறார்கள். மொத்த மக்கள் சமூகம் இதைச் செய்துகொண்டிருக்கின்றன.

இந்தியாவில் இந்தப் பணிக்கென்று ஒரு சில ஜாதியினரை நியமித்திருந்தனர். அவர்கள் சமூகப் படிநிலையில் கடைசித் தட்டில் இருந்தனர். கிராமங்களில் இது வெகு தொலைவில் ஓரமாக வசித்தனர். மனித மலத்தை அள்ளிக்கொண்டு யார் கண்ணிலும் படாமல், யாருடைய அன்பும் உதவியும் இன்றி வாழ்ந்து வந்தனர். இப்படியாக பல தலைமுறைகள் வாழ்ந்து வந்தனர். பொருளாதார ரீதியாக மேல்நிலைக்கு வர அவர்களால் முடிந்திருக்கவில்லை.

இந்திய பாகிஸ்தான் பிரிவினையின்போது இந்துக்களான அவர்கள் பாகிஸ்தானில் இருந்து இந்தியாவுக்கு வர முடிவெடுத்தபோதுதான் அவர்களுடைய முக்கியத்துவம் புரியவந்தது. வாரக்கணக்கில் கழிப்பறைகள், தெருக்கள் சுத்தம் செய்யப்படாமல் போனதால் பாகிஸ்தானியர்கள், 'மத அடிப்படையில் இந்தியாவுக்கு நீங்கள் செல்ல வேண்டாம்; பாகிஸ்தானிலேயே இருங்கள்' என்று அவர்களிடம் கெஞ்சினார்கள். எனினும் பாகிஸ்தானில் அவர்கள் செய்துவந்த மிக முக்கியமான பணிக்கும் அவர்களுக்கும் உரிய மரியாதை கொடுக்க பல வருடங்கள் ஆனது.

இந்தியாவில் இட ஒதுக்கீடு அமலில் இருந்ததால் அந்த ஜாதியினர் சமூகத்தில் மேலடுக்குகளுக்கு உயர வழி பிறந்தது. முதல் கட்டமாக அரசாங்கத்தில் நான்காம், மூன்றாம் நிலைப் பணியாளர்களாக ஆனார்கள். அதன் பின் அவர்கள் அமைச்சர்கள், அதிகாரிகள், பொறியாளர்கள், மருத்துவர்கள், அறிவுஜிவிகள் என்று உயர்ந்தனர். சில மாநிலங்களில் கல்வி மையங்களில் அவர்களுக்கென்று குறிப்பிட்ட அளவு இடங்கள் ஒதுக்கப்பட்டுள்ளன. அது அவர்கள் பொருளாதார, அரசியல் ரீதியில் உயர்ந்த நிலையை அடைய பெரிதும் உதவியது. பலர் நகரங்களுக்கு இடம் பெயர்ந்து குலத் தொழிலை கைவிட்டுவிட்டனர்.

இதற்கிடையில் இந்தியாவில் கழிப்பறைகள் பெருமளவில் கட்டப்படத் தொடங்கிவிட்டோம். முதலில் பொதுக் கழிப்பறை யாகக் கட்டப்பட்டன. அதன் பின் ஒவ்வொரு வீட்டிலும் அரசின் முழு மானியத்துடன் கட்டப்பட்டுவருகின்றன. எனினும் அவற்றைச் சுத்தம் செய்யும் நபர்களின் எண்ணிக்கை குறைவாகவே இருக்கிறது.

பழங்குடிப் பகுதிகள், மலைப்பகுதிகள், கிராமப்புறங்களில் இந்தத் திட்டம் நல்ல வெற்றியைப் பெற்றிருக்கிறது. ரயில்வே தண்டவாளத்தின் ஓரத்தில், பிற காலி இடங்களில் மலம் கழிக்க

வேண்டியிருந்த ஏழைகளுக்கு இந்தக் கழிப்பறைகள் பெரும் விடுதலையைத் தந்தன. அவர்களுடைய வீடுகளில் கழிப்பறைகள் கட்டிக்கொள்ள முடிந்ததால் குழாயில் குடிநீரும் கிடைக்க வழி பிறந்தது.

பிற ஜாதியினர் தமது கழிப்பறைகளைச் சுத்தம் செய்யும் வேலையில் இறங்குவதில்லை. அவர்களுக்கு நில புலன்கள் இருப்பதால் அதிலேயே மலம் கழிப்பது தொடரவும் செய்கிறது.

அனைத்து சமூகத்தினரும் கழிவுகளை முறையாக அகற்றும் படியாக சர்கிள்கள் முழு முயற்சியெடுத்துவருகின்றன. விஞ்ஞானம், தொழில்நுட்பங்களில் ஏற்பட்டிருக்கும் முன்னேற்றங்களைப் பயன்படுத்தி இந்த கழிவுகளில் இருந்து உரம் தயாரிக்கும் பணிகள் முடுக்கிவிடப்பட்டுள்ளன. உள்ளூர் அமைப்புகள், தொழில்நுட்ப நிறுவனங்கள், ஆகியவற்றின் துணையுடனும் பெண்களை முன்னிறுத்தியும் இந்தப் பணியை முன்னெடுத்து வருகிறது.

53

சர்க்கிள்ஸ் அமைப்பின் சாதனைகள்

சர்க்கிள்ஸ் அமைப்பு சூரிய சக்தியில் இயங்கும் தெரு துடைப்பான்கள், நீரேற்றக் கருவிகள், சமையல் அடுப்புகள் என பலவற்றை உருவாக்கியது. பலப்படுத்தப்பட்ட மூங்கிலில் செய்யப்பட்ட சைக்கிள்கள், ரிக்ஷாக்கள் போன்றவையும் உருவாக்கப்பட்டன.

சர்க்கிள்ஸ் அமைப்புகள் வெற்றி மேல் வெற்றியைக் குவித்தன. அதில் ஒரு அமைப்பு தானிய வங்கி மற்றும் சப்பாத்தி உற்பத்தி மையங்கள் ஆகியவற்றை நிர்வகித்தது. இன்னொரு அமைப்பு இறைவனுக்கு சூடப்பட்ட மலர் மாலைகளை வாங்கி நறுமணத் தைலங்கள், உரங்கள் தயாரித்தது. வெங்காயத் தாமரை, பார்த்தீனியம், உண்ணிச்செடி போன்ற களைகளின் பயன்பாட்டைக் கண்டுபிடித்தது ஓர் அமைப்பு.

கடல் பாசி, காளான், பூஞ்சை ஆகியவற்றில் இருந்து மாற்று உணவுகளைத் தயாரித்தது ஓர் அமைப்பு. வாசித்தல், எழுதுதல், கணிதம் ஆகிய கல்வியின் மூன்று அடிப்படைகளை சுவாரசியமாகக் கற்றுத் தரும் வழிமுறையை ஓர் அமைப்பு வடிவமைத்தது. விலை குறைவான மருந்துகள், உள்ளூர் மருந்துகள் ஆகியவற்றைத் தயாரிக்கும் பணியை ஓர் அமைப்பு செய்தது. நீரைச் சேமிப்பது, கழிவு நீரையும் ஆலைகளில் இருந்து வெளியேறும் வேதி நீரையும் சுத்திகரிப்பது தொடர்பான தொழில்நுட்பத்தைக் கண்டுபிடித்து காப்புரிமை பெற்றுக்கொண்டது ஓர் அமைப்பு.

மீன் வளர்ப்பு, விலங்குகள், கால்நடை வளர்ப்பு, வறண்ட நில விவசாயம், விவசாயக் கடன், நீர்ப்பாசனம் போன்றவற்றையும் சர்க்கிள் அமைப்புகள் முன்னெடுத்துச் செய்தன. மூலிகைச் செடிகள் வளர்த்தன ஓர் அமைப்பு. ஆர்கானிக் பால் உற்பத்தி செய்து கொடுத்தது இன்னொரு அமைப்பு. களிமண்ணாலான குளிர்சாதனப் பெட்டி, மறு உற்பத்தி செய்ய முடிந்த ஆற்றல் கொண்டு வீடுகளுக்கு மின்சாரம், காற்றோட்டத்தை அடிப்படையாகக் கொண்ட ஏ.சி., சூரிய பேட்டரிகளால் இயங்கும் பைக் போன்றவற்றை சர்க்கிள்ஸ் அமைப்புகள் கண்டுபிடித்தன. விஞ்ஞான தொழில்நுட்ப அறிவைப் பயன்படுத்தி மலிவு விலை வீடுகளைக் கட்டுதல், உள்ளூர் பொருட்களைக் கொண்டே சாலைகள் அமைத்தல் போன்றவற்றைச் செய்தன.

நிலத்தடி நீரைச் செறிவூட்டின. மின் உற்பத்தி, கழிவு நீர் சுத்திகரிப்பு, குறைவான நீர் தேவைப்படும் பயிர்களை வளர்த்தல், மேம்படுத்தப் பட்ட நீர்ப்பாசனம், ஒழுங்குபடுத்தப்பட்ட போக்குவரத்து, நெரிசல் குறைப்பு நடவடிக்கைகள், உணவு பதப்படுத்தும் வழிமுறைகள், பால், காய் கனி அடிப்படையிலான உணவு முறை, விறகுக்கு மாற்றான எரிபொருள், பிளாஸ்டிக் மறு சுழற்சி, எஃகு மறு சுழற்சி போன்றவற்றைச் சில அமைப்புகள் கவனித்துக்கொண்டன. மது, போதைப் பொருட்களுக்கு எதிரான போர், ஏரி குளங்களைத் தூர்வாருதல், குப்பைகளை முறையாக அப்புறப்படுத்துதல், மின் கழிவுகளை மறு சுழற்சி செய்தல், பயோ மெடிக்கல் கழிவுகளை முறையாக அப்புறப்படுத்துதல் போன்றவற்றைச் சில அமைப்புகள் முன்னெடுத்தன.

நாடு முழுவதும் மக்களில் இருந்தே தலைவர்களை, போராளிகளை பல்வேறு துறை சார்ந்து செயல்பட சர்கிள்ஸ் அமைப்பு வழிவகுத்துக் கொடுத்தது. அப்படியாக நாட்டில் மவுனமாக ஒரு புரட்சி நடந்தது. அரசியல் கட்சிகளும் ஊடகங்களும் நாட்டில் நடந்துவரும் இந்த மாற்றங்களைப் பற்றி எதுவும் தெரியாமல், அக்கறை கொள்ளாமல் தமது ஆடம்பரமான கூத்துகளை அரங்கேற்றிவந்தனர்.

54

ஒரு நேர்மையாளனின் லட்சியப் பயணம்

ஊடகங்களால் ரவியை ரொம்ப காலத்துக்கு ஒதுக்கிவைக்க முடியவில்லை. புதிது புதிதாக செய்திகளை வெளிச்சத்துக்குக் கொண்டுவந்தால்தான் ஊடகங்களால் நிலைக்கமுடியும் என்று ரவி சொல்வதுண்டு. யாரையும் எதையும் அது தொடர்ந்து தூக்கிப் பிடிக்காது. ஒருவரை உயர்த்திப் பிடிக்கும் அதே நேரம் திரைமறைவில் அவரைக் காலி செய்ய ரகசியமாக தனது வேலையை ஆரம்பித்திருக்கும்.

ரவி தனது அமைப்பின் பொருளாதார நடவடிக்கைகள், தனக்கு உதவும் நபர்கள் குறித்து மிகக் குறைவாகவே வெளி உலகுக்கு அறியத் தந்திருந்தார். ஆனால் தனது கொள்கை, செயல்பாடுகள் ஆகியவற்றில் துளியும் சமரசமே இன்றித் தீவிரமாகச் செயல்பட்டார். அவர் பாட்டுக்கு வெற்றிக் கதைகள், உதாரணங்கள், கற்பனைக் கதைகள் இவற்றைச் சொல்லியபடி தனது கொள்கையை மக்களிடையே பரப்பினார். ஊடகங்களின் கவனத்தைத் திசை திருப்ப மேடைகளில் பாடுவது, கவிதைகள் சொல்வது என்று நடந்துகொண்டார்.

ஊடகங்களும் உளவுத்துறையும் ரவியின் செயல்பாடுகள், கடந்த காலம் ஆகியவற்றைத் துருவி ஆராய ஆரம்பித்தன. ரவிக்குப் பணம் எங்கிருந்து வருகிறது... யாரெல்லாம் அவருக்கு உதவுகிறார்கள்... யார் யாரைச் சந்திக்கிறார்... அவருடைய வங்கிக் கணக்குகள் என்னென்ன... அவருடைய சொத்து எவ்வளவு... தொலைபேசியில் யார் யாருடனெல்லாம் பேசியிருக்கிறார்... வேறு என்னவெல்லாம் செய்கிறார் என்று ஆராய்ந்தது. ரவியின் மனைவி, குழந்தைகள்,

பெற்றோர், உறவினர்கள் என யார் யாருடனெல்லாம் என்னவெல்லாம் செய்கிறார் என்று அவருடைய சொந்த வாழ்க்கையையும் கண்காணித்தது.

அப்படித் துருவித் ஆராய ஆராய அவர்களுக்கு ஆச்சரியமும் அதிர்ச்சியுமே கிடைத்தது. ரவியின் பெற்றோர் அவருடைய எம்.ஐ.டி. மருமகனுடன் அந்த நிறுவனம் வழங்கிய குடியிருப்பில் வசித்தனர். ரவி, தான் வாங்கிய கடன்களை அரசு மருத்துவமனையில் மருத்துவராகப் பணிபுரியும் மனைவி தாராவின் சம்பளத்தில் இருந்துதான் அடைத்துவருகிறார்.

பெற்றோர் அவர்களுடைய சேலம் வீட்டை விற்றுக் கிடைத்த பணத்தை வைத்து தமது மருத்துவச் செலவுகளைக் கவனித்து வருகிறார்கள். அந்தப் பணத்தை வைத்துத்தான் அவர்களுக்கு வரவேண்டிய ஒரு பண்ணை நிலம் தொடர்பான வழக்கு ஒன்றையும் நடத்தி வருகிறார்கள். அரசாங்கத்தில் கடன் வாங்கி ஒரு பழைய கார் ஒன்றை வாங்கியிருக்கிறார் ரவி.

டில்லியில் சிவில் சர்வீஸ் அதிகாரிகளுக்கான குடியிருப்பில் தாரா மற்றும் சக அதிகாரிகளின் வற்புறுத்தலின் பேரில் ஒரு ஃபிளாட் வாங்கியிருக்கிறார். அவருடைய சம்பளத்தில் பெரும்பகுதியை அந்த கடனை அடைக்கவே செலவிடுகிறார். ரியல் எஸ்டேட் பிரச்னையினால் வீடுகளின் வாடகை குறைந்துவருவதால் அந்த வீட்டில் இருந்து கிடைக்கும் வாடகையானது சிவில் சர்வீஸ் சொசைட்டிக்குக் கொடுக்க மட்டுமே போதுமானதாக இருக்கிறது. எனவே, அரசு தனக்குத் தரும் வீட்டு வாடகைத் தொகையில் மிச்சம் பிடிக்க ஊருக்கு வெளியே வெகு தொலைவில் வீடு பார்த்துத் தங்கியிருக்கிறார்.

நடுத்தர வர்க்க மனிதர்கள் தமது பணத்தைச் சேமித்து, செல்வத்தைப் பெருக்க எடுக்கும் முயற்சிகள் எப்படி ஒரு கனவாக முடிகிறது என்பதை ரவி தெளிவாகப் புரிந்துகொண்டுமிருந்தார். ரியல் எஸ்டேட், நகைகள், ஃபிளாட்கள், வைரங்கள், மியூச்சுவல் ஃபண்ட்கள் என எதுவாக இருந்தாலும் எதுவுமே பெரிய வெற்றியைத் தருவதில்லை. புத்திசாலிகள் சொல்வதுண்டு, ‘காலம் ஓட ஓட நாமெலாரும் ஒண்ணுமில்லாமல்தான் போகப் போகிறோம்’.

55

தேவை புதிய வரி விதிப்பு

வழக்கமான பொருளாதார வளர்ச்சி மாடல்களில் இருந்து ரவியின் புதிய திட்டங்கள் எப்படி வேறுபடுகிறது அல்லது எப்படி ஒத்திசைவுடன் இருக்கிறது என்று அடிக்கடி கேட்பார்கள். பொருளாதார வளர்ச்சி என்பது செல்வத்தைச் சேர்ப்பதில் இல்லை; மகிழ்ச்சியாக உணர்வதில் இருக்கிறது என்று ரவி சொல்வார். தனக்குப் பிடித்த இடத்தில் மகிழ்ச்சியாக ஆரோக்கியமாக வாழும் மனிதர் கோடிக்கணக்கில் வங்கியில் பணம் இருக்கும் ஒருவரைவிட வெற்றிகரமானவரே. மேலான சுற்றுச்சூழல், பரஸ்பரம் நம்பிக்கை கொண்ட சமூக வாழ்க்கை இவையே மனித இனத்தின் வெற்றிக்கு முக்கியம்.

இப்போது நடைமுறையில் இருக்கும் வரிவிதிப்பு முறையை முற்றாக மாற்றவேண்டும். மறைமுக வரி என்பது வருமானத்தின் மீது விதிக்கப் படுகிறது. ஒருவர் பணத்தைச் சேமித்து சரியான விஷயத்துக்கு அதைச் செலவிடும்போது அது பொருளாதாரத்துக்கு நன்மையே செய்கிறது. அந்தப் பணத்தின் மீது வரி விதிப்பது சரியல்ல. சேமிப்பு, முதலீடுகள் எல்லாம் ஒருவரை கடினமாக உழைக்கத் தூண்டக்கூடிய விஷயம்.

வீண் செலவுகளையும் ஆடம்பரச் செலவுகளையும்தான் குறைக்க வேண்டும். பொருட்கள், சேவைகள் மீது விதிக்கப்படும் வரியும் மாற்றியமைக்கப்படவேண்டும். வெவ்வேறு பொருட்கள், சேவைகளுக்கு வெவ்வேறுவிதமான வரிகள் விதிக்கப்படுகின்றன. அவை பல சமரசங்களின் அடிப்படையில் செய்யப்படுகின்றன. வரி அடுக்கு (டேக்ஸ் ஸ்லாப்) ஆனது அரசாங்க மற்றும் அரசு சாரா

சக்திகளினால் தீர்மானிக்கப்படுகிறது. இதன் பின்னால் இருக்கும் தர்க்க நியாயம் ஏற்றுக்கொள்ளமுடிவதாக இல்லை. எந்தப் பொருளுக்கு என்ன வரி விகிதம் என்பது அடிக்கடி மாற்றப்படுகிறது. சிலருக்கு சாதகமாகவும் சிலருக்கு அப்படி அல்லாமலும் இந்த வரிகள் விதிக்கப்படுகின்றன. மக்களுக்கு இவற்றில் சொல்ல எதுவுமே இருப்பதில்லை.

மது, பெட்ரோல் போன்றவற்றுக்கு மதிப்புக் கூட்டு வரி விதிக்கப் படுகிறது. மாநில அரசுகள் அதைத் தீர்மானிக்கின்றன. மது கிட்டத் தட்ட விஷம் போன்றது. பெட்ரோல் போன்ற எரிபொருட்கள் சுற்றுசூழலை நாசமாக்குகின்றன. அரசுக்கு அதிக வருவாய் என்பது இந்த இரண்டு பொருட்களுக்கு விதிக்கும் வரியில் இருந்துதான் கிடைக்கிறது என்பது மிகவும் வேதனைக்குரிய விஷயம். மக்களுக்கு நலத்திட்டங்கள் உருவாக்கித் தருவதற்காக அரசானது இப்படி விஷத்தை விற்று முதலில் அவர்களை நலமற்றவர்களாக ஆக்கி வருகிறது. போகும் பாதை தவறானதாக இருந்தால் போய்ச் சேரும் இடம் சரியானதாக இருக்க முடியாது. பொது நலத் திட்டம் எதுவாக இருந்தாலும் அதன் நோக்கம் தூய்மையானதாக இருந்தாகவேண்டும். விஷத்தை விற்று வரி பெற்றுக்கொண்டு செயல்படும் பொருளாதாரம் வளத்தையோ வெற்றியையோ கொண்டுவரவே முடியாது.

கார்பன் வரி என்பது சரியான மாற்றாக இருக்கும். நாம் பயன்படுத்தும் பொருட்கள் வெளியிடும் கார்பனின் அளவு என்ன, அந்தப் பொருட்களுக்கு செலவிடப்படும் நீரின் அளவு என்ன என்பதன் அடிப்படையில் கார்பன் வரி, நீர் பயன்பாடு வரி ஆகியவற்றை விதிக்கலாம். அதிக கார்பனை உமிழும் எரிபொருளை நீங்கள் உங்கள் வாகனத்துக்குப் பயன்படுத்தினால் உங்களுக்கு கூடுதல் வரி விதிக்கப்படும். அதிக நீரைச் செலவழித்துப் பெறப்படும் பொருளை நீங்கள் பயன்படுத்தினால் அதற்குக் கூடுதல் வரி கட்டவேண்டி யிருக்கும். அப்படி ஒரு நிலை வந்தால் மக்கள் சுற்று சூழலுக்கு அதிகம் தீங்கு விளைவிக்காத, அதிக நீரைச் செலவழிக்காத பொருட்களைப் பயன்படுத்த ஆரம்பிப்பார்கள்.

கார்பன் உமிழ்வு, தண்ணீர் பயன்பாடு இவை பற்றிய அட்டவணை முதலில் தயாரிக்கப்படவேண்டும். தாவரங்களிலிருந்து தயாரிக்கப் பட்டவை, உள்ளூரிலேயே உற்பத்தி செய்யப்பட்டவை, ஃப்ரெஷ்ஷான பொருட்கள் (குளிர்பதனம் செய்யப்படாதவை) போன்றவற்றின் கார்பன் உமிழ்வு எண், தண்ணீர் பயன்பாடு எண் இவையெல்லாம் குறைவாக இருக்கும். வெளியூர் அல்லது வெளி நாட்டில் இருந்து வரும் பொருட்கள் என்றால் அவற்றைக் கொண்டுவர ஆகும் போக்குவரத்தினால் கார்பன் உமிழ்வு அதிகமாக இருந்திருக்கும்.

எனவே, அவற்றுக்கு வரி அதிகம் விதிக்கப்படவேண்டும். இதனால் உள்ளூர் பொருட்கள், உணவுகள், உடைகள், குளிர்பானங்கள் ஆகியவற்றின் விலை குறைவாக ஆகும். தோல் நீக்கப்பட்ட தானியங் களைவிட தோல் நீக்காத தானியங்களின் விலை குறைவாக இருக்கும். களிமண் பானைகள் பிளாஸ்டிக் குடங்களைவிட விலை குறைவாக இருக்கும்.

கரி உமிழ்வு, நீர் பயன்பாடு சார்ந்து வரி விதிக்கப்பட்டால் மக்கள் பொது அரசுப் பேருந்துகளைப் பயன்படுத்துதல், சைக்கிள் பயன்பாடு போன்றவை அதிகரிக்கும். மக்கள் அருகில் இருக்கும் இடங்களுக்கு நடந்தே செல்ல ஆரம்பிப்பார்கள். நீண்ட தூரம் கொண்டு சென்று விற்கப்படும் பொருட்கள், பிளாஸ்டிக், பேப்பர் பேக்கிங், பிற சேர்மானங்கள் இருந்தால் அந்தப் பொருட்களின் விலை மிக அதிகமாக இருக்கும். மறு சுழற்சி, மறு பயன்பாடு ஆகியவை மறைமுகமாக ஊக்குவிக்கப்படும்.

இந்தப் புதிய வரிமுறை சுற்றுச்சூழலைச் சீரமைக்கும். புவி வெப்பமய மாதலைக் குறைக்கும். வாழிடங்கள் சீர்குலைவது குறையும். உள்ளூரில் வேலை வாய்ப்புகளை அதிகரிக்கும். குறைவான கார்பன் உமிழ்வு, குறைவான நீர் பயன்பாடு கொண்ட பொருட்களின் உற்பத்தி, சந்தைப்படுத்துதல் ஆகியவற்றுக்கு உள்ளூர் மக்களையும் அவர்களின் திறன்களையும் பயன்படுத்துவது அதிகரிக்கும்.

பொதுவாக நுகர்வோர் எல்லா விஷயங்களும் தெரிந்தே ஒரு பொருளை வாங்குவதாகப் பலரும் விமர்சிப்பதுண்டு. சுற்றுச் சூழலைப் பாதிக்கும் பொருட்களைப் பயன்படுத்தும் எளிய மக்களை பலர் பழிசொல்வார்கள். ஆனால், உண்மையில் எளிய மக்கள் கவர்ச்சியான விளம்பரங்கள், உளவியல்ரீதியான தூண்டுதல்கள், சந்தையின் வெளித்தோற்றம் இவற்றின் மூலம் ஏமாற்றப்படு கிறார்கள் என்பதுதான் உண்மை. அந்த வியூகத்தில் நுகர்வோர் என்பவர் வேட்டையாடப்படும் அப்பாவி விலங்காக, பாதிக்கப் படுபவராக, ஏமாற்றப்படுபவராகவே எப்போதும் இருக்கிறார்.

ஷவரில் குளிப்பதால் எவ்வளவு தண்ணீர் வீணாகிறதுஎன்பதுபற்றி ஒருவருக்கு தொடர்ந்து நினைவூட்டப்படுகிறது. ஆனால், வீடுகளுக்குப் பயன்படுத்தும் நீர் என்பது தொழிற்சாலைகள், விவசாயம் ஆகியவற்றுக்குச் செலவிடப்படும் அளவோடு ஒப்பிடுகையில் மிக மிகக் குறைவுதான். ஒரு ஹம்பர்கருக்கு செலவாகும் தண்ணீரானது ஒருவர் வாரக்கணக்கில் ஷவரில் குளித்தால் செலவாகும் நீரைவிட அதிகம் என்பது நமக்குத் தெரிவதில்லை.

வீட்டிலோ அலுவலகத்திலோ ஒரு ஃபேன் அல்லது ட்யூப்லைட்டை அணைக்காமல் விட்டுவிட்டாலோ எப்போதாவது கொஞ்சம் உணவை வீணாக்கிவிட்டாலோ அதற்காக எளிய மக்களை வெகுவாகக் குற்ற உணர்ச்சி கொள்ளச் செய்கிறோம். ஆனால், செய் நேர்த்தி யின்மை, கொள்ளை லாப நோக்கு, ஆடம்பரம் போன்றவற்றால் வேறு இடங்களில் நடக்கும் மிகப் பெரிய வீணடிப்புகள் பற்றி யாரும் பேசுவதில்லை. இதனிடையில் சிகரெட், மது, பெட்ரோல் போன்றவற்றை விற்றுக் கிடைக்கும் காசைக் கொண்டு அரசு தன்னை பலப்படுத்திக்கொண்டே போகிறது.

மக்களுக்கு அவர்கள் பயன்படுத்தும் பொருட்களின் கரி உமிழ்வு, நீர் பயன்பாடு பற்றிய விவரம் தெரிந்திருக்கவேண்டும். இந்த எண்கள் அந்தப் பொருட்கள் எளிதில் மட்குமா மட்காதா, எப்படி அப்புறப் படுத்தப்படுகின்றன அதற்கான செலவு என்ன என்பதையும் சேர்த்துக் கணக்கிடப்பட்டிருக்கவேண்டும்.

கணினியில் தெரியும் ஸ்ப்ரெட் ஷீட்டை விட ஒரு காகிதம் பார்க்க கவர்ச்சிகரமானதாக இருக்கக்கூடும். பெருமளவில் அசெம்பிளி லைன் முறையில் தயாரித்து உலகம் முழுவதிலும் அனுப்பிவைக்கப் படும் பொருட்களைவிட உள்ளூரில் தயாரிக்கப்படும் பொருட் களுக்கு முன்னுரிமை கிடைக்கவேண்டும். சிறிய சிறிய உள்நாட்டு நிறுவனங்கள் ஒன்று சேர்ந்து மிகப்பெரிய சர்வதேச முற்றாதிக்க நிறுவனங்களை வீழ்த்தமுடியும். மண் பானையானது மீண்டும் நவீனகால ஃபேஷனாக மீண்டும் நம் வீடுகளில் இடம்பெற வேண்டும். அதுவே சுற்றுச்சூழல் சார்ந்து மிகவும் நியாயமான, சரியான செயலாக இருக்கும்.

நமது ஒவ்வொரு செயல்பாடுகள், நாம் பயன்படுத்தும் பொருட்கள் ஆகியவற்றுக்கு கார்பன் உமிழ்வு எண், நீர் பயன்பாடு எண் ஆகியவற்றை பட்டியலிட்டு சுற்றுச்சூழலுக்கு தீங்கானவற்றுக்கு அதிக வரி என்று திட்டமிட்டால் அது பெரும் நன்மையைத் தரும். சுற்றுச்சூழல் சார்ந்த விழிப்பு உணர்வை மக்கள் மத்தியில் ஏற்படுத்தும். மக்கள் சுற்றுச்சூழலை மாசுபடுத்துவது வெகுவாகக் குறையும்.

ஏற்கெனவே கார்பன் ட்ரேடிங் நடைமுறையில் இருக்கிறது. ஆனால், சந்தை சக்திகள் அதை ஓரங்கட்டப் பெரும் முயற்சி எடுத்து வருகின்றன. அவை இன்னும் சுற்றுச்சூழல் சார்ந்து ஆக்கபூர்வமான நடவடிக்கைகள் எடுக்கத் தயாராகவில்லை. முதலாளித்துவ சக்திகள் பூமியில் இருக்கும் வளங்கள் எவ்வளவு குறைந்துவருகின்றன என்பது பற்றியோ தமது செயல்பாடுகள் சுற்றுச்சூழலுக்கு என்னவிதமான கேடுகளை விளைவிக்கின்றன என்பதுபற்றியோ எந்தவித கவலையும்

படுவதில்லை. பூமியில் மனித மற்றும் உயிர் வாழ்க்கைக்கு ஏற்படும் அபாயம் பற்றி அவை பொருட்படுத்துவதில்லை. அது தொடர்பான தமது பொறுப்பை அவை தட்டிக் கழிக்கின்றன.

எந்தவொரு வளர்ச்சிக்கும் சுற்றுச்சூழல் சார்ந்த நலனே அடிப்படை யாக இருக்கவேண்டும். குறுகிய கால நலனுக்காக நீண்டகால தீமைகளை நாம் வரவேற்கக்கூடாது. வாழிடங்களை நாசமாக்கி விட்டு நம்மால் வறுமையை ஒழிக்க முடியாது. ஏனென்றால் சுற்றுச்சூழல் மாசுபட்டால் முதன் முதலில் பாதிக்கப்படப்போவது ஏழை எளியவர்கள்தான். சுற்றுச்சூழல் மீது அக்கறைகொள்ளாமல் செய்யப்படும் வளர்ச்சியானது ஏழைகளை மேலும் ஏழையாக்கும். நோய்களில் சிக்கவைக்கும். அந்தவகையில் நாட்டில் தொடங்கப் படும் வளர்ச்சித் திட்டங்கள் நிகழ்ச்சிகள், செயல்பாடுகள் அனைத்தும் சுற்றுச்சூழலுக்கு இசைவானதாக இருக்கவேண்டும் என்று ஆக்ஸிஜன் பிரகடனம் வற்புறுத்துகிறது.

56

சுயேட்சைகளின் படை

நம் நாட்டில் 32 மாநிலங்கள் இருக்கின்றன. அவற்றில் சில மாநிலங்களின் மக்கள்தொகையானது உலகில் பல நாடுகளின் மொத்த மக்கள்தொகையைவிட மிக அதிகம். இவ்வளவு ஏன், நம் நாட்டில் இருக்கும் ஆயிரக்கணக்கான மாவட்டங்களில் சிலவற்றின் மக்கள் தொகையானது உலகின் சிறிய நாடுகளின் மக்கள்தொகையைவிட மிக அதிகம். லட்சக்கணக்கான கிராமங்கள், லட்சக்கணக்கான தேர்தல் சாவடிகள், நூறு கோடி வாக்காளர்கள் கொண்டது நம் தேசம். தேசிய அளவில் ஒரு கட்சி இருக்கவேண்டுமென்றால் இதில் மூன்றில் ஒரு பங்கு வாக்குகளை அது பெற்றிருக்கவேண்டும்.

வாக்காளர்கள் ஏற்கெனவே அரசியல் கட்சிகள், ஜாதி, தொழில், மொழி, பிராந்தியம் என பலவாறாகப் பிரிந்துகிடக்கின்றனர். எனினும் அரசியல் கட்சிகள் தமக்கான வாக்கு வங்கிகளை உருவாக்கி ஒவ்வொரு வாக்குச் சாவடியையும் நிர்வகித்து ஜனநாயக நடைமுறையைத் தமது கட்டுக்குள் வைத்துக்கொள்ளும் கலை தெரிந்தவர்களாக இருக்கிறார்கள்.

எத்தனையோ தேர்தல் சீர்திருத்தங்கள் செய்த பிறகும் பண விநியோகம், மது விநியோகம், வாக்குக்குப் பணம் கொடுப்பது போன்றவற்றைத் தடுக்கவே முடிவதில்லை. நாட்டின் மொத்த உற்பத்தியில் கணிசமான தொகையானது முறையான மற்றும் முறை சாரா வழியில் தேர்தல் நடத்துவதற்கென்றே செலவிடப்படுகிறது.

அரசியல் கட்சிகளுக்கு அந்நிய சக்திகளிடமிருந்தும்கூட நிதி வாங்க சட்டபூர்வமான வழிகள் இருக்கின்றன. இதனால் பழம் பெரும் கட்சிகளுக்கு இது பெரியதொரு சாதகமான அம்சமாக இருந்து வருகிறது. அரசே கட்சிகளுக்கு நிதி அளிக்கும் வழிமுறை முயற்சி செய்து பார்க்கப்படவில்லை. இதனால் பணம் அதிகம் இருக்கும் கட்சிகளே களத்தில் வெல்ல முடியும் நிலை இருக்கிறது. ரவிக்கு பாரம்பரியமான முறையில் இந்தத் தேர்தலில் போட்டியிட முடிந்திருக்கவில்லை. தனது இலக்கை அடைய இந்த பல கட்சி ஜனநாயக அமைப்பில் புதிய வழியைக் கண்டுபிடிக்கவேண்டியிருந்தது. அதுதான் சர்க்கிள்ஸ் அமைப்பு. அதன் மூலம் சமூக நலப்பணிகளை முன்னெடுத்தார். அந்த அமைப்பின் பிரதிநிதிகளையே சுயேட்சையாக தேர்தலில் நிறுத்தினார்.

57

மாபெரும் வெற்றி

தேர்தல்கள் என்பவை ஊடகங்களுக்குப் பெரும் வரப்பிரசாதம். நிருபர்கள், கேமராமேன்கள், செய்தி வாசிப்பாளர்கள், ப்ரொடக்ஷன் என்ஜினியர்கள் என எல்லாருமே வானத்தில் பறப்பார்கள். அரசியல் கட்சிகள் ஊடகங்களுக்கு வாரி இறைப்பார்கள். அவர்களுடைய பப்ளிக் ரிலேஷன்ஸ் அதிகாரிகள் ஊடகங்களில் இடம் பிடிக்க இரவுபகல் பாராமல் உழைப்பார்கள்.

பத்திரிகைகளின் முதல் பக்கம் முழுவதற்கும் பெரிய கட்சிகள் மிகப் பெரிய விளம்பரங்களைத் தருவார்கள். முக்கிய செய்திகள் எல்லாம் இரண்டாம் பக்கத்துக்குத் தள்ளப்படும். கட்சி விளம்பரங்கள், பிரசாரங்கள் எல்லாம் டி.வி. நேரங்களைப் பிடித்துக்கொள்ளும். நிகழ்ச்சிகள் ஓர் ஓரமாக அவ்வப்போது காட்டப்படும். ஊடகங்களில் செல்வாக்கு மிகுந்தவர்கள், விளம்பர உலகம் எல்லாம் கட்சிகளுக்கு தேர்தலில் வெற்றி கிடைக்கவைக்கக் களம் இறக்கப்படுவார்கள். கட்சிகளின் சமூக வலைதளப் பிரிவானது கட்சி விளம்பரத்துக்கும் பொய் செய்திகளைப் பரப்பவும் பயன்படுத்தப்படும். பிரமாண்ட அரசியல் பேரணிகள், மாநாடுகள் நடத்தப்படும். லட்சக்கணக்கான மக்கள் சியர் லீடர்களைப்போல் அழைத்துவரப்பட்டிருப்பார்கள். சில நேரங்களில் ஒரே கூட்டம் இரண்டு எதிரெதிர் கட்சிக் கூட்டங்களிலும் கலந்துகொண்டு கோஷம் போடும்.

சர்க்கிள்ஸ் அமைப்பில் படிநிலைகள் கிடையாது. கொள்கையே அவர்களின் தலைவர். ஊடகங்களைச் சந்திப்பதைத் தவிர்த்த அதன் தலைவர்கள் சர்க்கிள்ஸ் அமைப்பின் உறுப்பினர்களைச் சந்தித்தல்,

அமைப்பைப் பலப்படுத்துதல் என தீவிரமாகச் செயல்பட்டனர். தெருத்தெருவாகச் சென்று ஒவ்வொரு மனிதரையும் தனியாக நேருக்கு நேர் சந்தித்து உரையாட முயற்சி செய்தனர். ஊடகங்கள் தமது நிகழ்ச்சிகள் எதிலும் சர்க்கிள் அமைப்பைப் பற்றி எதையும் ஒளிபரப்பியிருக்கவில்லை.

வாக்களிப்புக்கு முந்தைய கருத்துக் கணிப்புகள், ஆய்வுகள் எதிலும் சர்க்கிள்ஸ் அமைப்பைப் பொருட்படுத்தியிருக்கவே இல்லை. எந்த கட்சியும் அவர்களுடன் கூட்டணி எதையும் அமைக்க முன்வர வில்லை. மக்களுக்கு இலவசங்கள், பணம், பல்வேறு உதவிகள் என எல்லாம் தரப்பட்டன. சர்க்கிள்ஸ் அமைப்பின் கொள்கைப் பிரகடனத்தை எந்த அரசியல் விவாதத்திலும் யாரும் எடுத்துக்கொண்டு பேசவே இல்லை. ஒவ்வொரு அரசியல் கட்சியும் தத்தமது கொள்கைகளையே முன்னெடுத்தன. இலவச கணினிகள், கம்ப்யூட்டர்கள், செல்போன்கள்,

மோட்டர் சைக்கிள்கள், உடைகள், வீடுகள் என வாக்காளர்களைக் கவர என்னவெல்லாமோ அறிவித்தனர். ஏதோவொரு கட்சி வீட்டுக்கு ஒரு கார், ஏசி என்று கூட வாக்குறுதி கொடுத்தது. ஒவ்வொரு கட்சித் தலைவரும் தாம் தான் மக்களைக் காப்பாற்ற வந்த அவதார புருஷர் என்று சொல்லிக்கொண்டார். மாறாக சர்க்கிள்ஸ் அமைப்பானது கூட்டு முயற்சி, களப்பணி, தொலைநோக்குப் பார்வை ஆகிய வற்றோடு செயல்பட்டது.

நாட்டின் பொருளாதார நிலை, வீழும் பண மதிப்பு, உயரும் விலைவாசி, வரிகள், வேலையில்லாத் திண்டாட்டம், விவசாய நெருக்கடி, தகவல் தொழில்நுட்பப் புரட்சி பற்றி ஊடகங்களில் காரசாரமாகப் பேசினார்கள். பெண்களின் பாதுகாப்பு, சி.சி.டி.வி பொருத்துதல், இலவச வைஃபை போன்றவை பற்றிப் பேசினார்கள்.

எந்தவொரு கட்சியும் சுற்றுச்சூழல் சீர்கேடுபற்றிப் பேசவில்லை. ஏழைகளின் உரிமைகள், ஜனநாயக அதிகாரப் பரவல், தார்மிக அரசியல் இவைபற்றிப் பேசவில்லை. அவர்களுடைய அரசியல் அறிக்கையில் புதிதாகவோ உயிர்த்துடிப்புடனோ எதுவுமே இல்லை. சர்க்கிள்ஸ் வேபாளர்கள் யாரையும் விமர்சனம் செய்யவில்லை. தமது அடிப்படைக் கோட்பாடுகளை அர்ப்பண உணர்வுடன் மக்கள் முன் வைத்துப் பிரசாரம் செய்தார்கள்.

தேர்தல் நாளன்று மக்கள் கூட்டம் கூட்டமாக வந்து, சுயேச்சையாக நின்ற சர்க்கிள் அமைப்பின் வேட்பாளர்களுக்கு வாக்குகளை அள்ளிக் கொடுத்தார்கள். இத்தனைக்கும் தேசியக் கட்சி வேட்பாளர்கள், மாநில கட்சி வேட்பாளர்கள் இவர்களுடைய பெயர்களுக்கெல்லாம் கீழே கடைசியில் சர்க்கிள் வேட்பாளர்களின் சின்னமும் பெயரும் இருந்தன.

தேர்தல் முடிவுகள் அறிவிக்கப்பட்டபோது அனைவருக்கும் பெரும் அதிர்ச்சி காத்திருந்தது. தேர்தல் முடிவுகளை அறிவிக்க ஆவலோடு கூடியிருந்த ஊடகங்கள் என்ன சொல்வதென்று தெரியாமல் வாய்மூடி நின்றன. ரவியின் ஆக்ஸிஜன் பிரகடனத்தை முன்வைத்துப் போட்டியிட்ட சர்க்கிள் வேட்பாளர்கள் பெரும்பான்மையான இடங்களில் அமோக வெற்றி பெற்றிருந்தனர். இந்த முன்பின் தெரியாத வேட்பாளர்கள் எல்லாம் சர்க்கிள் அமைப்பினால் அரசியல் பின்புலம், பணபலம், வாரிசா இல்லையா என்றெல்லாம் பார்க்காமல் நியமிக்கப்பட்டிருந்தனர். வாக்காளர்களுக்குப் பணம் கொடுக்காமல், இலவசங்கள் அறிவிக்காமல், பெரும் பேரணிகள் நடத்தாமல், ஊடகங்களின் ஆதரவு இல்லாமல் உண்மையான மக்கள் தலைவர் களாக மக்களால் தேர்ந்தெடுக்கப்பட்டிருந்தனர். பிற கட்சிகள் மக்கள் பின்னால் ஓடின. மக்களோ சர்க்கிள் வேட்பாளர்களையும் அவர் களுடைய பிரகடனத்தையும் தேடிப் போய் ஆதரவு தெரிவித்திருக் கிறார்கள்.

வெற்றி பெற்ற வேட்பாளர்களை ஊடகங்கள் தேர்தல் முடிவுகள் பற்றிய விவாதங்களுக்குக்கூட அழைக்கவில்லை. தோற்றுப்போன பெருந்தலைவர்கள், டெபாசிட் இழந்த அரசியல் கட்சிகள் இவற்றையே பேட்டி கண்டு இந்த இமாலயத் தோல்விக்கு என்ன காரணம் என்று அதைப் பற்றியே பேசின. அரசியல் கட்சிகளுக்கு மக்களவையில் மூன்றில் ஒரு பங்கு இடம் கூடக் கிடைத்திருக்க வில்லை. சுயேச்சைகளைத் தம் பக்கம் இழுக்க எல்லா முயற்சிகளும் செய்தவர்கள் முடியாமல் போகவே கடைசியில் தமது தோல்வியை ஒப்புக்கொண்டனர்.

வெற்றிபெற்ற சுயேச்சை வேட்பாளர்கள் அனைவரும் ரவியைத் தமது தலைவராகத் தேர்ந்தெடுத்தனர். அவரையே பிரதமராக பதவிப் பிரமாணம் செய்துவைக்கும்படி குடியரசுத் தலைவரிடம் சென்று சம்மதம் தெரிவித்தனர். புதிய அரசு அமைப்பது பற்றி ஏற்கெனவே இருந்த பிரதமருடன் குடியரசுத் தலைவர் கலந்து பேசினார். தேர்தலுக்குப் பிறகு கூட்டணி அமைத்திருப்பதால் நம்பிக்கை வாக்கெடுப்பு நடத்தும்படி ஆலோசனை சொல்லப்பட்டது.

இதனிடையில் பதவியை ராஜினாமா செய்த முன்னாள் பிரதமரையே அடுத்த பிரதமர் பதவி ஏற்கும்வரை ஆட்சியில் பெயரளவில் இருக்கும்படிக் கேட்டுக்கொண்டார்க்ள். இப்படியான பரபரப்பான சூழலில்தான் ரவி தனது குழுவில் இருந்து சற்று விலகி முக்கியமான பயணம் ஒன்றை மேற்கொண்டார்.

58

புதியதோர் உலகம் செய்வோம்

ரவி தன்னைப் பார்க்க மீண்டும் வருவார் என்று தாத்தா எதிர்பார்த்திருக்கவில்லை. முன்பைவிட தடிமனும் வட்டமுமாகியிருந்த மூக்குக் கண்ணாடியைச் சரிசெய்துகொண்டார். லேசான ஆட்டுத்தாடியுடன் இருந்த அவர் முழு மணிப்புரியாகியிருந்தார். ரவியைப் பார்த்ததும் முகம் மலர்ந்தார். முதலில் மணிப்புரி மொழியில் வாழ்த்துதெரிவித்து வரவேற்றார். பின் ஹிந்தியில் பேசினார். கடைசியாக தமிழில் நெருக்கமாக உரையாட ஆரம்பித்தார். முதன்முறையாக தாத்தாவின் காலில் விழுந்து ஆசிபெற்றார் ரவி. தாத்தா அவரைக் கட்டி அணைத்தார். சிறிது நேரம் இருவரும் எதுவும் பேசாமல் இருந்தனர்.

தாத்தாவின் கிராமம் வெறிச்சோடிக் கிடந்தது. வயதானவர்கள் மட்டுமே அங்கு இருந்தனர். இளைய தலைமுறை இம்பால், கௌஹாத்தி, கொல்கத்தா போன்ற பெரிய நகரங்களுக்கு வேலை தேடி இடம்பெயர்ந்திருந்தது. சிலர் சென்னைக்குக்கூடத் திரும்பியிருந்தனர். பலர் மலேசியா, சிங்கப்பூர் சென்றிருந்தனர். அப்படிச் சென்றவர்கள் தம்முடன் மனைவி, குழந்தைகளையும் அழைத்துச் சென்றுவிட்டிருந்தனர். வயதானவர்கள் மட்டுமே பூர்விக கிராமத்தில் கைவிடப்பட்ட நிலையில் இருந்துவந்தனர்.

அங்கு இருந்த பள்ளிகள் எல்லாம் ஆசிரியர்களும் மாணவர்களும் இல்லாததால் மூடப்பட்டிருந்தன. அந்தப் பிராந்தியத்தில் அரசு அமைப்பு எதுவுமே இருப்பதாகத் தெரியவில்லை. ஆனால், தாத்தா நட்ட மரங்கள் மட்டும் பூத்துக் குலுங்கி நின்றன.

டெலிவிஷன், ரேடியோ, செய்தித்தாள் போன்றவை எதுவும் அங்கு இல்லை என்பதால் தாத்தாவுக்கு ரவி பெற்றிருக்கும் இமாலய வெற்றி பற்றி எதுவும் தெரிந்திருக்கவில்லை. ஆனால், ஆக்ஸிஜன் பிரகடனத்தை முன்வைத்து தேர்தலைச் சந்தித்த சர்க்கிள்ஸ் அமைப்பானது தேர்தலில் கணிசமான வெற்றிபெற்றிருந்தது என்பதுமட்டும் மேலோட்டமாகத் தெரிந்திருந்தது.

தாத்தா ரவிக்கு பால் காய்ச்சிக்கொடுத்தார். ரவி தனது அரசியல் பிரகடனம், சர்க்கிள்ஸ் அமைப்பு, தேர்தல் செயல்பாடுகள், தேர்தல் வெற்றி இவைபற்றி தாத்தாவிடம் விவரித்தார். தாத்தாவுக்கு அதைக் கேட்டதும் பரம சந்தோஷம். அடுத்தது என்ன செய்ய என்று தாத்தாவிடம் ரவி ஆலோசனை கேட்டார். ஆனால், எத்தனை முறை வற்புறுத்திக் கேட்டும் தாத்தா அந்தக் கேள்விக்கு மட்டும் எந்த பதிலும் சொல்லவே இல்லை.

இருவரும் நெல் வயல்களினூடே மவுனமாக நடந்து சென்றனர். மலைப்பகுதியில் கால்பந்தாட்ட மைதானம் அளவுக்கான பகுதியானது வெட்டப்பட்டு, மண் அரிப்பைத் தடுக்கும் நோக்கில் படி போன்ற அமைப்பில் கரைகள் கட்டப்பட்டிருந்தன. கரைகளில் செடிகள், மரங்கள் நடப்பட்டிருந்தன. சில இடங்களில் காய்கறிச் செடிகள் நடப்பட்டிருந்தன. நிழல் விழுந்த இடங்களில் மலர்ச் செடிகள் நடப்பட்டிருந்தன. சற்றே செங்குத்தான சரிவுகளில் பைனாப்பிள், கிழங்கு வகைகள் நடப்பட்டிருந்தன.

கழுத்தில் கட்டப்பட்ட மணிகள் ஒலியெழுப்ப கால்நடைகள் மேய்ச்சல் நிலங்களில் சுதந்தரமாக மேய்ந்துகொண்டிருந்தன. ஆடுகள், நாய்கள், பூனைகள், மாடுகள் என எல்லாம் உள்ளூர் வகைகளாகவே இருந்தன. காடுகளுக்கு இடையிடையே வயல்கள் இருந்தன. தாத்தா எந்தவொரு காலி இடத்தையும் விட்டுவைக்கவில்லை என்பதால் ஒன்று வயல், அல்லது காடு என்பதாகவே அந்தப் பிராந்தியம் இருந்தது.

ரவியும் தாத்தாவும் கன்றுகள் குடித்த பிறகு மாடுகளில் இருந்து பால் கறந்தனர். தவிடு, கழனித் தண்ணி,காய்கறித் தோல் என கொடுத்தனர். வயல்களில் வளர்ந்திருந்த களைகளைப் பிடுங்கினர். காய்கறி, மலர்கள் தோட்டத்துக்கு நீர் பாய்ச்சினர். மேய்ச்சல் நாய்கள் இடைவிடாது குரைத்தபடி உடன்வர கால்நடைகளை அருகில் இருந்த நிரோடைக்கு ஓட்டிச் சென்றனர்.

அரிசி, கீரைகள், காய்கறிகள் இவற்றை வேகவைத்து எளிமையான சாப்பிட்டனர். தரையில் சம்மணக் கால் போட்டு உட்கார்ந்து சாப்பிட்டனர். டில்லியில் ரவியின் வெற்றி பற்றி உலகமே தீவிரமாக விவாதித்தபடி இருந்தது. ரவியோ மணிப்பூரில் ஒரு மலைக்

கிராமத்தில் எந்த பதற்றமும் இல்லாமல் ஓய்வெடுத்துக்கொண்டிருந்தார். நீண்ட காலத்துக்குப் பிறகு அதிகாலையில் எழுந்து தாத்தாவுடன் காட்டுக்குச் சென்று விதைகள், கன்றுகள் சேகரித்து வந்து நட்டார். காய்ந்த விறகுகள், காளான்கள், பலாப்பழம் என அங்கு கிடைத்த சிலவற்றையும் எடுத்து வந்தனர்.

விலங்குகளின் சத்தம், குயில்களின் இன்னிசை, குரங்குகளின் உற்சாகக்கூக்குரல்கள் என சூரிய உதயத்துக்கு முன்பாகவே விழித்து கொண்ட கானகத்தை ரவி உள்ளூர ரசித்தபடியே இருந்தார். சூரியன் உதிப்பதற்கு முன்பாகவே அடிவானத்தில் தெரியும் செந்நிற வெளிச்சத்தை பார்த்து மெய்மறந்து நின்றார். மலை உச்சியில் நின்றபடி சூரிய உதயத்தை ரசித்தபோது காடு கீழே அமைதியாக தியானத்தில் ஆழ்ந்ததுபோல் இருந்தது.

வண்ணமயமான மேகக்கூட்டத்தினூடே சூரியன் மங்கலாக எரியும் சோடியம் விளக்குபோல் மெள்ள எழுந்தது. சிறிது உயரம் உயர்ந்ததும் மேகக்கூட்டங்கள் கலைந்து விலக பேரொளியுடன் பூமியை எழச் செய்தது அன்றைய சூரியன். மரங்கள் எல்லாம் சூரியனை வணங்குவதுபோல் காற்றில் வளைந்து அசைந்து ஆடின. நம்மில் பெரும்பாலானவர்கள் துங்கிக் கொண்டிருக்க அதிகாலையில் இந்த பிரபஞ்ச பேரெழில் காட்சிகள் தினமும் அரங்கேறிக் கொண்டிருக் கின்றது. சூரிய ஒளி மலையை எழுப்பி, கிராமத்தை எழுப்பி, தூரத்து நகரங்களையும் எழுப்பத் தொடங்கியது. தாத்தா மெள்ள ரவியிடம் பேசினார்:

‘சூரியனைப் பார் ரவி... நம்முடைய விளக்குகள் எல்லாம் சொற்ப தூரத்துக்கு மட்டுமே ஒளி தரமுடியும். ஆனால் சூரியனுடைய ஒளியைப் பார்... ஒட்டுமொத்த சூரிய மண்டலத்தையே ஒளியூட்டி நடத்திரங்கள், நிலவு என வானத்து ஒளி மண்டலங்கள் அனைத்தையுமே மறைந்து போகச் செய்துவிடுகிறது. சூரியனின் பேரொளிதான் அனைத்து கிரகங்களையும் ஒளியூட்டுகிறது. அவற்றின் நிலவுகளுக்கு ஒளி தருகிறது. எரிகற்கள், விண்கற்கள் என கோடிகோடிக்கணக்கான மைல்கள் பரப்பளவு கொண்ட விண்வெளியில் இருக்கும் அனைத்துப் பொருட்களுக்கும் சூரியனே ஒளி தருகிறது. அனைத்து உயிர்களிலும் அதுவே உறைந்து நிற்கிறது. அனைத்து ஆற்றல்களுக்கும் அதுவே மூல ஆதாரம்.

மனிதனுடைய பெருமைகள், சாதனைகள் எல்லாம் அதன் முன் வெறும் ஒரு தூசு. மனிதன் கண்டுபிடித்திருக்கும் அணு குண்டுகள் அனைத்தையும் சேர்த்தால்கூட சூரியனுக்கு முன் அவை வெறும் ஒரு தூசு மட்டுமே. உலகில் ஆற்றலின் ஊற்று சூரியனே. பிரபஞ்சம்

மற்றும் சூரியனின் சக்தியை பூமியில் இருக்கும் நாம் சோதிக்கக்கூடாது.

பிரபஞ்ச இயக்கத்தின் பார்வையில் பூமியும் அதில் வாழும் நம்முடைய வாழ்க்கையும் ஒரு பொருட்டே இல்லை. இந்த பூமி இருந்தாலும் இல்லாவிட்டாலும் பிரபஞ்ச சக்திக்கு எந்தவிதக் கவலையும் இல்லை. இந்த பூமி அழியாமல் இருக்கவேண்டும் என்பது நம்முடைய கவலை மட்டுமே. இதை அழியாமல் பார்த்துக் கொள்வதே நம்முடைய அனைத்து மத, ஆன்மிக, பக்தி உணர்வு களிலும் மேலானது.'

திரும்பி வரும் வழியில் மலைநீரோடையில் கைகளால் நீர் அள்ளிப் பருகினார்கள். உறையும் குளிரில் நீரில் இறங்கி முங்கிக் குளித்தனர். உள்ளூர் கிராம தெய்வம் இருந்த குகைகளைக் கடந்து சென்றனர். விசேஷ நாட்களில் மட்டுமே அங்கு பூஜைகள் நடக்கும்.

அடுத்ததாக நான் என்ன செய்ய என்று ரவி மீண்டும் கேட்டார். தாத்தாவோ வழக்கம்போல் அந்தக் கேள்வி காதில் விழுந்ததாகவே காட்டிக்கொள்ளவில்லை. விதைகளை பசுஞ்சாணியில் பொதிந்தனர். பலாப்பழத்தை தாத்தா வெட்டிப் பழங்களை எடுத்துவைத்தார். அதில் ஒரு பாதியை காலை உணவுக்காக வேகவைத்தார். மீதியைப் பின்னர் பயன்படுத்த என்று வீட்டு வாசலில் காயவைத்தார். பசும்பாலில் கருப்பட்டி, தேயிலை கலந்து குடித்தனர். நூற்றுக்கணக்கான மைல்கள் ரவி பிரயாணம் செய்து வந்ததற்கு முக்கிய காரணமான விஷயத்துக்கு தாத்தா எந்த பதிலும் சொல்லவில்லை.

மாலையில் இருட்டுவதற்கு முன்பாகவே இரவு உணவை முடித்துக் கொண்டனர். வீட்டு முற்றத்தில் பனம்பாய் விரித்து ரவி தரையில் படுத்துக்கொண்டார். தாத்தாவும் சற்று தள்ளி படுத்துக்கொண்டார். மேற்கூரை இல்லாத அந்த இடத்தில் படுத்தபடி வானத்து நட்சத்திரங் களைப் பார்த்தபடியே தூங்காமல் இருந்தார் ரவி. சிறிது நாள் மருத்துவமனையில் சேர்க்கப்பட்டு சமீபத்தில் இறந்த தன் தந்தையை நினைத்துப் பார்த்தார். தன் உறவினர்கள் அனைவரையும் நினைத்துப் பார்த்தார். நண்பர்கள், சக அதிகாரிகள், உயர் அதிகாரிகள், அலுவலக பணியாளர்கள், இறந்தவர்கள், உயிருடன் இருப்பவர்கள் என அனைவரையும் நட்சத்திரங்களைப் பார்த்தபடியே நினைத்துப் பார்த்தார். மனைவி குழந்தைகளைப் பற்றி நினைத்தார். பீம் சிங், அவருடைய குடும்பத்தை நினைத்துப் பார்த்தார். கண்களில் நீர் கசிய மெள்ள தூங்கினார்.

அடுத்த நாள் காலையிலும் தாத்தாவுடன் காட்டுக்குச் சென்றார் ரவி. வரும் வழியில் இருந்த சிறிய அருவி ஒன்றில் குளித்தார். சற்று

உயரத்தில் இருந்து விழுந்த நீர் என்பதால் ரவியின் மேல் கல்லைப் போல் ‘திம் திம்’ என்று விழுந்தது. அக்குபஞ்சர் சிகிச்சைபோல் அது உடம்பில் முக்கிய முடிச்சுகளில் பட்டு உடம்பைப் புத்துணர்ச்சிபெற வைத்தது. கொஞ்சம் மாறி நின்றால் வேறு வகை இதம் கிடைத்தது. மொத்தத்தில் அந்தக் குளியல் பேரானந்தமாக இருந்தது. அருவி நீர் தூவலில் குட்டி வானவில்கள் வர்ணஜாலம் காட்டின. நீர்க்குமிழி களிலும் அதே போல் வித்தைகள் காட்டின. ஒவ்வொன்றாக உருவாகி மற்றொன்றுடன் கலந்து கொண்டே இருந்தன.

அங்கிருந்த சில நாட்கள் ரவி தினமும் அதிகாலையில் எழுந்து காட்டுக்குச் சென்று விதைகள் சேகரித்து, சுள்ளிகள் பொறுக்கி, காய்கனிகள் சேகரித்து, சூரிய உதயம் ரசித்து, அருவிகள், நீரோடை களில் குளித்து மகிழ்ந்தார். விதைகளை நட்டு, விலங்குகளைப் பராமரித்து, தோட்டத்துக்கு நீர் பாய்ச்சி, களைகள் எடுத்து நேரத்தைச் செலவிட்டார். வீட்டில் எளிமையாக வேக வைத்த உணவை மட்டுமே உண்டார்.

இரவுகளில் நட்சத்திரங்களுடன் வெகு நேரம் பேசியபடியே கண்ணசந்தார். ஒரு சில நாட்கள் வாழ்ந்த வாழ்க்கை என்றாலும் வாழ் நாள் முழுவதும் நினைவில் நிற்கும்படியான பேரனுபவமாக அது இருந்தது. தேடி வந்த பதில் கிடைக்கவில்லையென்றாலும் கிடைத்த வாழ்க்கை பேரானந்தமாக இருந்தது. தன் வாழ்க்கையை நிதானமாக அசைபோட்டு அடுத்ததாக என்ன செய்ய என்ற பதிலை தானாகவே பரிசீலிக்க முடிந்தது.

தாத்தாவின் உடன்பிறந்தவர்களில் உயிருடன் இருந்த ஒரே சகோதரர் எப்போதாவது வந்து பார்ப்பார். சிறிது நேரம் பேசுவார். சாப்பிட்டு விட்டுப் புறப்படுவார். இதே போல் சில நாட்கள் கழிந்தன.

ரவி உடலளவிலும் மனதளவிலும் இத்தனை புத்துணர்ச்சியுடன் எப்போதும் இருந்ததில்லை. ஆனால், இப்படியே இந்த வனாந்தரத்தி லேயே இருந்துவிடமுடியாது. பொறுப்புகள் நிறைய இருக்கின்றன என்பது அவருடைய மனதில் ஆழத்தில் இருந்துகொண்டே இருந்தது.

ரவிக்கு ஆலோசனையோ, வழிகாட்டுதலோ, அபிப்ராயமாகவோ எதையும் சொல்ல தாத்தா தயாராக இருந்திருக்கவில்லை. விதைக்கு முளைக்க யாரேனும் கற்றுத் தரவேண்டுமா என்ன... என்னவகை இலை, என்னவகை பூ, என்னவகை காய், என்னவகை கனி என்று யாரேனும் சொல்லித்தரவேண்டுமா என்ன... வெளியில் இருந்து கிடைப்பதை எடுத்துக்கொண்டு உள்ளில் இருப்பதை வைத்து தனக்கானதைத் தானே உருவாக்கிக் கொள்வதுதான இயற்கை.. இயல்பு.

ஆனால், ரவிக்கோ என்ன செய்ய என்று இதுவரை புரிந்திருக்க வில்லை. இங்கு வந்தபோது எப்படிக் குழப்பத்துடன் இருந்தாரோ இத்தனை நாள் அமைதியாக நிதானமாக சில நாட்களைக் கழித்த பிறகும் அதே குழப்பத்துடனே இருந்தார். விடைபெற்றுச் செல்லும் முன் தாத்தாவின் கைகளை இறுகப்பற்றியபடி அவருக்கு அருகில் உட்கார்ந்தார் ரவி. கட்டுச் சோறு கட்டிக் கொடுத்து தாத்தா வழியனுப்பினார்.

இறுதியாக ஒரு காகிதத்தில் பொதிந்த பொதியை தன் நினைவுப் பரிசாகக் கொடுத்தார். ரவி அதைப் பணிவுடன் வாங்கிக் கண்களில் ஒற்றிக்கொண்டு தன் பையில் வைத்துக்கொண்டார். மூரேக்கு பஸ் பிடித்துப் புறப்பட்டார். அங்கிருந்து இம்பாலுக்கு இன்னொரு வண்டி. பிறகு அங்கிருந்து டில்லிக்கு விமானம். கௌஹாத்தி, கொல்கத்தாவில் நின்று நின்று டில்லி வந்து சேர்ந்தபோது நன்கு இருட்டிவிட்டிருந்தது.

டாக்ஸி பிடித்து புறநகரில் இருந்த தன் வீட்டுக்கு வந்து சேர்ந்தபோது நள்ளிரவாகியிருந்தது. தாராவும் குழந்தைகளும் ஆழ்ந்த உறக்கத்தில் இருந்தனர். தாரா எழுந்து வந்து கதவைத் திறந்தார். இருவரும் தூங்காமல் அதிகாலைவரை அடுத்து என்ன செய்ய என்று பேசினர். மதியம் குழந்தைகள் எழுப்பின. குளித்து அவர்களுடன் சாப்பிட்டு விட்டு சிறிது நேரம் அவர்களுடன் பேசினார். மதியம் மீண்டும் சிறிது ஓய்வெடுத்துவிட்டு சர்க்கிள்ஸ் அமைப்பினரைச் சந்திக்க புறப்பட்டார்.

59

படைத் தளபதிகளுக்குப் படை தேவையில்லை

தில்லி திரும்பியவர் தன் பையை எடுத்துத் துணிமணிகளை துவைக்கப்போட எடுத்தபோது தாத்தா கொடுத்த பரிசை எடுத்துப் பார்த்தார். காகிதப் பொதிக்கு உள்ளே டாக்கா மஸ்லின் துணியில் தாத்தாவின் பரிசு பொதியப்பட்டிருந்தது. அவரிடம் இருந்த ஒரே விலை உயர்ந்த பொருள் அதுவாகத்தான் இருந்திருக்கும். அவருடைய அம்மா அதை வரப்போகிற மருமகளுக்கான பரிசாகக் கொடுத்திருக்கக் கூடும். ஆனால் அப்படி ஒரு பெண் தாத்தாவின் வாழ்க்கையில் குறுக்கிடவே இல்லை. அந்த மஸ்லின் துணியும் அதன் வேலைப் பாடுகளும் இத்தனை ஆண்டுகள் ஆன பிறகும் கருக்குலையாமல் இருந்தன.

ரவி அந்தப் பொதியைத் திறந்து பார்த்தார். விதைகள்! வருடக் கணக்கில் தாத்தா பார்த்துப் பார்த்து சேகரித்த அரியவகை மரங்களின் விதைகள். பல்வேறு நிறங்களில் பல்வேறு வடிவங்களில் இருந்தன. அந்த விதையைப் பார்த்தே என்ன மரமாக இருக்கும் என்பதை ரவியால் உணரமுடிந்தது. அவற்றை நட்டால் முளைக்கும் கானகத்தை மனக்கண்ணில் பார்க்க முடிந்தது. தாத்தா தன்னுடைய மிகப் பெரிய பொக்கிஷமான பொருளை ரவிக்குப் பரிசாகத் தந்திருக்கிறார். நீண்ட காலமாகச் சேகரித்த ஆகச் சிறந்த தாவர மரபணுக்களின் வங்கி.

கேட்டபோதெல்லாம் பதிலே சொல்லாத தாத்தா சொல்லாமல் சொன்ன பதில் இது. ஒவ்வொருவரும் ஒற்றை மரத்தை வளர்க்கவே

மறந்துவிட்டுத் திரியும் உலகில் பெரும் காடுகளை வளர்ப்பதில் தன் வாழ்க்கையின் அர்த்தத்தைக் கண்டடைந்த அந்த ஞானி வேறென்ன பதிலைச் சொல்ல முடியும்.

ஆயிரம் பேர் அமர முடிந்த மைதானம் ஒன்றில் சர்க்கிள்ஸ் அமைப்பின் பொதுக்கூட்டம் ஏற்பாடாகியிருந்தது. இறைவணக்கம், அறிமுக உரை, எல்லாம் முடிந்த பிறகு ரவி தலைமை உரை ஆற்ற ஆரம்பித்தார்.

'என்னை உங்கள் தலைவராகத் தேர்ந்தெடுத்து ஆட்சியமைக்கக் கேட்டுக்கொண்டிருப்பதற்கு நன்றி. நாம் இன்று அடைந்திருக்கும் இந்த வெற்றியை அடைய நீண்ட பயணம் மேற்கொள்ளவேண்டி யிருந்தது. எங்கோ ஒரு மலைக் கிராமத்தில் ஒற்றையாளாக ஒருவர் ஒரு சிறு கன்றை நட்டு ஆரம்பித்து தினம் தினம் விதைகளை ஊன்றிப் பெரும் காடொன்றை உருவாக்கி இளைய தலைமுறைக்கு வாழ வசதியான சுற்றுச்சூழலை உருவாக்கினார். அவருடைய அந்த சாதனையே, சாகசமே, அர்ப்பண உணர்வே என்னை உந்தியது. அவரின் சார்பாகவே நான் இன்று உங்கள் முன் நிற்கிறேன். இந்த நம்முடைய வெற்றிக்கான விதையை ஊன்றியது அந்த மகாபுருஷரே.

உங்கள் அனைவருக்கும் நன்குதெரிந்திருக்கும் நமக்கு ஆட்சி அமைப்பது என்றுமே இலக்காக இருந்ததில்லை. நமது படைவீரர்கள் எல்லாரும் மெள்ள மெள்ள மடியத்தொடங்கியிருந்த நம் சமூகத்துக்குத் தேவையான ஆக்ஸிஜனை உருவாக்கித் தந்திருக்கிறோம். நமது பிரகடனம் ஏற்கெனவே அமலாகத் தொடங்கிவிட்டது. அதாவது நமது ஆட்சி ஏற்கெனவே ஆரம்பித்துவிட்டது.

வாழிடங்களைப் பாதுகாப்பது, காற்று, நீர் இவற்றைத் தூய்மையாக வைத்திருப்பது, நடைபாதைகளை நடப்பவர்களுக்காகவே மீட்டெடுத்திருப்பது, சைக்கிள்களுக்கு தனி பாதை அமைப்பது, உள்ளூர் காய்கள், உள்ளூர் கனிகள், இயற்கை உரங்கள், ஹார்மோன் கலக்காத பால், கதர் உடை, பாரம்பரிய உடை, கலாசாரம் ஆகியவற்றை மீட்டெடுக்க ஆரம்பித்திருக்கிறோம்.

மக்களுக்கு நண்பர்களாக இருக்கும் அமைப்புகளை உருவாக்கி கல்வி, மருத்துவம், பெண்கள் நலன், உணவுப் பாதுகாப்பு, கழிவுகள் அகற்றுதல், மறு சுழற்சி, மட்கும் பொருட்களின் பயன்பாட்டைப் பெருக்குதல் என பல சாதனைகளைச் செய்துவிட்டிருக்கிறோம். நம்முடைய ஆறுகள், கால்வாய்கள், குட்டைகள், ஏரிகள் ஆகியவற்றைத் தூர்வாரியிருக்கிறோம். நிலத்தடி நீரைக் கணிசமாகச் செறிவூட்டி யிருக்கிறோம்.

சுற்றுச்சூழலுக்கு இசைவான குளிர்பதன தொழில்நுட்பம், ஏசி தொழில்நுட்பம், மாற்று மின்சாரம் உற்பத்தி, மாற்று எரிபொருள் ஆகியவற்றைக் கண்டுபிடித்திருக்கிறோம். ஏழைகள், நலிவடைந்த பிரிவினர் ஆகியோரின் வாழ்க்கையை மேம்படுத்துவதில் ஏற்கெனவே நாம் நல்ல வெற்றி கண்டிருக்கிறோம்.

இவற்றையெல்லாம் ஆட்சிக்கு வராமலேயே நம்மால் செய்ய முடிந்திருக்கிறது. இப்போது ஆட்சி அதிகாரமும் கிடைத்திருக்கிறது. எனவே, இந்தப் புரட்சியை முன்பைவிட வேகமாக நம்மால் செய்ய முடியும்.

நல்ல விளைவுகளைத் தந்திருக்கும் நம்முடைய செயல்பாடுகளை மேலும் முடுக்கிவிடலாம். நம்முடைய முயற்சிகளுக்கு இனி அரசின் சட்ட திட்டங்களும் உதவத் தொடங்கும். சுற்றுச்சூழல் மீதான தாக்குதல் இனி நிறுத்தப்படும். சர்வதேச உதவியும் அங்கீகாரமும் இனி நமக்குக் கிடைக்கும். சுற்றுச்சூழல் பிரச்னையைத் தனியாகத் தீர்க்க முடியாது. தூய்மையான காற்று, சுத்தமான தண்ணீர் என்பவை பாஸ்போர்ட்களால் தடுக்க முடிந்தவை அல்ல. அது கிராமங்கள், நகரங்கள், நாடுகள் என்ற எந்த எல்லைக் கட்டுப்பாட்டுக்கும் உட்பட்டதல்ல. அது இந்த பூமியை ஒன்றிணைக்கும் விஷயம்.

இந்த இடத்தில் நான் இன்னொரு முக்கியமான விஷயத்தைச் சொல்ல விரும்புகிறேன். தலைமை என்பது அதிகாரத்தில் இல்லை. தலைமை என்பது ஆதிக்கத்தில் இல்லை. ஏராளமான தொண்டர்களைப் பெற்றிருப்பதோ ஒரு சாதனை சகாப்தத்தை விட்டுச் செல்வதோ கூட அல்ல. என்னைப் பொறுத்தவரை தலைமைப் பண்பு என்பது தாக்கத்தை ஏற்படுத்துவதில் இருக்கிறது. தியாகம், அர்ப்பண உணர்வு, அனைவரையும் சென்று சேருதல் இவற்றில் இருக்கிறது. முன்மாதிரியாக இருந்து காட்டுவதே தலைவருக்கு அழகு. தலைமைப் பண்பு என்பது தளபதிகளை உருவாக்குதல். உத்தரவிடுதல் அல்ல... வழி நடத்துதல்... தலைமைக்கு உத்வேகம், உற்சாகம் தேவை. எதிர்பார்ப்புகளுக்கும் பேராசைகளுக்கும் மேலான தீர்க்க தரிசனம் இருக்கவேண்டும்.'

மஸ்லின் பொதியில் இருந்து ரவி விதைகளை வெளியே எடுத்தார். மேஜை மேலே அவற்றைக் கொட்டினார். முத்துப் பரல்களைப் போல் அவை ஒளிர்ந்தன. பீடத்தின் மேல் வைக்கப்பட்ட வைரக் கற்கள் போல் ஜொலித்தன.

'இந்த விதைகள் விதைக்கப்படட்டும். பராமரிக்கப்பட்டு வளர்ந்து கானகமாக விரியட்டும். இயற்கையின் விதி என்பது தனியொரு இனத்தின் பூதாகர வளர்ச்சியை முன்வைக்கவில்லை. நான் இனியும்

உங்களுக்கு வழிகாட்டிக்கொண்டு இருக்க விரும்பவில்லை. உங்களுக்கான வழியை நீங்களே கண்டடையுங்கள். உங்கள் உள்ளுணர்வு சொல்வதைக் கேளுங்கள். சந்தேகம் வரும்போது கடைக்கோடியில் இருக்கும் மனிதருக்கு இது நன்மை பயக்குமா... அழிவின் விளிம்பில் இருக்கும் உயிரினத்தை இது காப்பாற்றுமா என்று கேட்டுக்கொள்ளுங்கள்.

யாராவது ஒரு நபர் தனது எல்லை தாண்டி செல்வாக்கைச் செலுத்தினால் கானகத்தை உருவாக்குவதற்கு பதில் அவர் சொல்லும் தோட்டத்தை உருவாக்க ஆரம்பித்துவிடுவோம். நாம் ஒற்றைப்படைத்தன்மையை நோக்கி நகர ஆரம்பித்துவிடுவோம். பன்மைத்துவத்தை இழந்து விடுவோம். நான் இனியும் இங்கு இருந்தால் எதிர்மறை விளைவுகளே ஏற்படும். எனவே நீங்கள் உங்களுக்கான விதைகளைத் தேர்ந்தெடுத்துக்கொள்ளுங்கள். வளமான, வலிமையான மரங்களை வளர்த்தெடுங்கள். அந்த மரங்கள் நிறைய பூக்களை உருவாக்கட்டும். கனிகளை தரட்டும். அடுத்த தலைமுறை அது தரும் விதைகளை நடட்டும். வாழ்த்துகள்...'

பேசி முடித்த ரவி சந்திரன் போஸ் இடிபோல் இடைவிடாது ஒலித்த கரவொலிகளினூடே மேடையை விட்டு இறங்கிச் சென்றார். அங்கிருந்து சென்றவர் அதன் பின் திரும்பவே இல்லை.

60

இறுதியாகச் சில வார்த்தைகள்

ஆக்ஸிஜன் பிரகடனத்தை அடிப்படையாக வைத்துச் செயல்பட்ட சர்க்கிள்ஸ் அமைப்பினர் முதல் முறையாக விகிதாசார பிரதிநிதித்துவம் கொண்ட அரசாங்கங்கத்தை அமைத்தனர். ஒட்டு மொத்த எதிர்க்கட்சி களையும் இணைத்துக்கொண்டு ஆட்சி அமைத்தனர். மக்கள் நலன், சுற்றுச்சூழல் மேம்பாடு இவற்றை அடிப்படையாகக் கொண்டு கூட்டுறவு, சக ஜீவிதம் இவற்றின் புதிய சகாப்தத்தை ஆரம்பித்தனர்.

தன்னைப் பற்றி எந்தவொரு தகவலும் வெளி உலகுக்குத் தெரியாத வண்ணம் ரவி மாயமாக மறைந்துவிட்டார். சுற்றுச்சூழலைப் பாதுகாக்க அவர் ஆரம்பித்த இயக்கத்தை இளைய தலைமுறையிடம் விட்டுவிட்டுச் சென்றுவிட்டார். அதி தூய கொள்கைகளைக் கொண்டு அதை மேலும் வளர்த்தெடுக்கும் பொறுப்பை அவர்களிடம் விட்டு விட்டார். அவ்வப்போது அவரைச் சிலர் பார்த்திருக்கிறார்கள். ஆனால், திரும்பவும் அவர் மறைந்துவிட்டார். நான் பார்த்தபோதும் அப்படித்தான். அந்தக் கிராமத்துக்கு மீண்டும் சென்று பார்த்தபோது அவரைக் காணவில்லை!

தாத்தா மவுனமாகத் தன் வாழ்க்கையின் மூலம் சொன்னது அதுதானே: விதைகளை நடு... நீரூற்று... பூவும் காயும் கனியும் தரத் தொடங்கியதும் அடுத்த மரத்தை நடப் போய்விடு... மரங்களில் வந்து தங்கும் பறவைகள் கனியை உண்டு விதைகளை உலகெங்கும் தூவட்டும்!

www.ingramcontent.com/pod-product-compliance
Lightning Source LLC
LaVergne TN
LVHW060451051026
849518LV00002B/718